இரண்டாம் குடியேற்றம்

பால் சக்கரியா

தமிழில் : கே.வி. ஜெயஸ்ரீ

இரண்டாம் குடியேற்றம்
பால் சக்கரியா
தமிழில் : கே.வி. ஜெயஸ்ரீ

முதற்பதிப்பு :
டிசம்பர் 2008
நான்காம் பதிப்பு :
மார்ச் 2020

வெளியீடு
வம்சி புக்ஸ்
19, டி.எம். சாரோன்,
திருவண்ணாமலை.
செல் : 9444867023, 9443222997

அச்சாக்கம்
விக்னேஷ் பிரிண்ட்ஸ்,
சென்னை.

விலை : ரூ. 140
ISBN 978-81-907176-5-6

ரயில் கொள்ளை

ராஜன், கடைசியாக ஒரு ரயிலைத் தடுத்துக் கொள்ளை யடிப்பதென முடிவெடுத்தான். இளம் புரட்சியாளர்கள் ரயிலைத் தடுத்து, கோஷமெழுப்பும் படத்தை அவன் பத்திரிகைகளில் பார்த்திருக்கிறான்.

பயணத்தடை ஏற்பட்டதால் முக்கியப்பிரமுகர்கள் பொறுமையில்லாமல் தண்டவாளங்கள் வழியே நடந்து செல்கின்றனர். ராஜன் அவர்களைப் பார்த்து, 'முக்கியப் பிரமுகர்களே, நான் ரயிலைத் தடுக்கும்போது என்னை மன்னித்து விடுங்கள். ஒரு ஆய்வுப்பொருளாக மட்டுமே என்னை எண்ணிக் கொள்ளுங்கள். ஒரு வெண்பன்றி, தண்டவாளத்தின்மீது ஏறிவிட்டது என்று மட்டும் எண்ணிக் கொள்ளுங்கள். புரட்சியாலும், பல்வேறு திட்டங்களாலும் முற்றாக மறுக்கப்பட்டவன் நான். இரண்டையும் பயன்படுத்தி, சம்பாதித்துக் கொள்ளும் சாமர்த்தியம் எனக்கு இல்லாமலேயே போய்விட்டது. கோஷமெழுப்பி உங்களை வருத்தப்பட வைக்க மாட்டேன். என் சின்ன மகனுடையதும், அவன் தாயுடையதும், என்னுடையதுமான பசியை அகற்றுவதற்கான பொருளைச் சம்பாதிப்பதற்காக மட்டுமே வேகமாக உங்களை கொள்ளையிடப் போகிறேன். இடையூறுக்கு மன்னிக்கவும்!' என்றான்.

'புரட்சியாளர்களே! கோஷமெழுப்பாமல் நான் மட்டும் தனியாக ரயிலைத் தடுப்பதையும், பொருள் சேர்ப்பதையும்

நீங்கள் பொறுத்துக் கொள்ளுங்கள். எல்லையில்லாத பொருளற்ற கோஷங்களின் தன்மையைவிடவும் என்னுடையதும் என்னுடைய பசித்திருக்கும் குடும்பத்தினுடையதும் ஆசைகள் மிகவும் சிறியவையே. எங்களின் களைத்த குரல்களுக்கு ஒரு கூக்கூரல் எழுப்பும் சக்தியில்லை. எங்களின் இந்த மௌனப்புரட்சியை நீங்கள் பொறுத்துக் கொள்ளுங்கள்.

ஒரு பெரிய துக்கத்தின் பிடியில் அகப்பட்டுக்கொண்டு ராஜன் புராதனமானதொரு இடியோசையின் எதிரொலி போல, பழைய கவிதையின் வரிகள் தன்னுள்ளில் உயர்ந்து வருவதைக் கேட்டான்.

'ஏழைகள் இறந்தாலென்ன பிறந்தாலென்ன
தவறான வார்த்தையிது மன்னிக்கவும் மனிதர்களே!'

என்னுடைய ரயில், கூக்குரலிடும் தண்டவாளங்களில் தீப்பொறிகள் உண்டாக்கியபடி, பயணிகளைக்குலுக்கி, அதன் நெஞ்சதிரும் கம்பீரமான அதிர்வுகளால் என்னைப் புணர்ந்து கொண்டு, உயரத்திய என் கைகளின் இங்கிதமறிந்து, மலர்கள் பூத்த வயல்களின்மீது வந்து நிற்கும். அப்போது அப்பு கையிலிருந்து ஆபத்தைச் சுருட்டிவைத்திருக்கும் காகிதக் குவியலை தலைக்குமேல் உயர்த்திப் பிடித்தபடி "இதோ வெடிகுண்டு"என்று சொல்லுவான். ரயிலின் பொறுமையற்ற ஆரவாரத்தின்மீது அவனுடைய சோர்ந்த, பசித்த, மெலிந்த குரல் உயர்ந்து கேட்குமா?

"வெடிகுண்டு வீச வேண்டுமென்ற விருப்பமொன்றும் எங்களுக்கில்லை. ஆனால் ரயிலை அசைத்தால் இந்தக் குழந்தை குண்டை வீசிவிடும். பாவம் அவனுக்குப் பசிக்கிறது. நீங்கள் பொறுத்துக்கொள்ளுங்கள்'' என்று நான் டிரைவரிடம் சொல்வேன்.

பிறகு, வயல்வெளியின் காற்றிற்கும், வெயிலுக்கும் இடையிலிருந்து, ஆகாயத்தில் பறக்கும் மேகங்களின் கீழே ஆம்பல் பூக்கள் கீழேயெங்கும் அலைஅலையாக சிரிக்க, நான் ரயிலுக்குள்ளே ஒரு பிராணியைப் போல ஒட்டிக்கொண்டு ஏறுவேன். அதன் நீண்ட நடைபாதையினூடாக, ஒரு கொள்ளைக்

காரனாக என் பயணம் தொடரும். உயர்த்திய கையில் பிடித்திருக்கும் துருப்பிடித்த கத்தி, பயணிகளின் பயந்துபோன பார்வைகளுக்கும் முணுமுணுத்தல்களுக்கும் இடையில் பாதை உருவாக்க, புதிய தீவிரவாதி போல நான் போவேன்.

ஆனால் நண்பர்களே, நல்லவர்களே, நான் சாதாரண மானவன்தான், உங்களுடைய ராஜன். இந்தத் துருப்பிடித்த கத்தி, என் பசியின் கூர்மைதான். நீங்கள் பயப்படாதீர்கள்! இந்தக் குழந்தையோ, நானோ உங்களை நிச்சயமாகத் துன்புறுத்த மாட்டோம். பணக்காரர்களை மட்டுமே நான் கொள்ளை யடிப்பேன். ஆனால் பணக்காரர்களான புரட்சியாளர்களும் இருப்பார்களே? பரவாயில்லை. புரட்சிக்காரனின் செல்வமும் முதலாளியின் செல்வமும் பசித்தவனுக்கு ஒன்றுதான்.

நான் மீண்டும் சொல்வேன், பயணத்தைத் தடுத்ததற்கு மன்னியுங்கள். எனக்கு உங்களிடம் எந்தக் கோபமும் இல்லை. உங்களிடம் பணமிருக்கிறது, என்னிடம் இல்லை. என் செல்ல மகனுக்கு பசிக்கிறது. அவன் அழுதுகொண்டே சிரிக்கிறான். நான் வழிப்பறி செய்பவனல்ல. பசித்திருப்பவன். உங்களுடைய குழந்தைகள் பசியினால் ஒருபோதும் அழாமலிருக்கட்டும். உங்களுக்கு நல்லதே நடக்கட்டும். பாவப்பட்டவர்களிடம் நான் சொல்வேன். என் மகனும் அவன் அம்மாவும் பட்டினியோடு இருக்கிறார்கள். எனக்கு இனி வேறு வழி தெரியவில்லை. இதோ கொள்ளயடித்து இவ்வளவு பணமிருக்கிறது. நீங்களும் கொஞ்சம் எடுத்துக்கொள்ளுங்கள். நான் கொள்ளைக் காரனல்ல. ராஜன் என்ற பரம ஏழை. என் செல்ல மகன் பசியை மறக்கவே விளையாடிக் கொண்டிருக்கிறான். உங்களுடைய பிள்ளைகளுக்கு ஒருபோதும் பசியோடு விளையாடும்படியான சூழல் வரவேண்டாம். அவர்களின் குழந்தைப்பருவம் மனநிம்மதி தரும் மந்திரமர நிழல்களால் சூழட்டும். அவற்றிலிருந்து பழங்களும், பூக்களும் உதிரும் இலைகளுமாக இறைவன் அவர்கள் மேல் கருணை புரியட்டும்.

தன்னுடைய பிச்சுவா கத்தியையும், செயல்களையும் பார்த்து ரயிலிருக்கும் குழந்தைகள் பயந்துவிடுவார்களோ என்று ராஜன் யோசித்தான். கண்ணீர் ததும்பும் கண்களோடு மிரண்டுபோன

அவர்கள் தன்னைக் கண்டு நடுக்கத்துடன் அமர்ந்திருப்பதாக ராஜனால் கற்பனை செய்யக்கூட முடியவில்லை. அவர்கள் தன்னுடைய பட்டினிக்கதையைக் கேட்பதான சூழல் வருவது கூட அவனுக்குப் பிடிக்கவில்லை. தன்னுடைய இருப்பு அவர்களின் கண்களில் ஒரு பேய்க்கதை மட்டுமாகவே தெரிய வேண்டுமென ராஜன் ஆசைப்பட்டான். அப்படியிருந்தால் அவர்களை மட்டும் அழகு காட்டிச் சிரிக்க வைக்கலாம். ஆனால் அது கொள்ளைக்காரனுக்குப் பொருந்தாது. அவர்களின் கன்னங்களை மெதுவாக தடவலாம். கண்சிமிட்டிக் காண்பிக்கலாம். அவர்களுக்காக மிட்டாய்களைக் கொண்டு போயிருக்கலாம். ஆனால் அதற்கு முதலில் வேண்டியது பணம். அதனால் ராஜன் பூங்கொத்துகள் ஒடித்தெடுத்துக்கொண்டு போகலாமெனத் தீர்மானித்தான். மேலும் தென்னம் பொருட்களால் செய்த பந்தையும், பிற விளையாட்டுப் பொருட்களையும், கொண்டுபோகத் தீர்மானித்தான்.

அப்பு எங்கேயிருந்தோ தேடியெடுத்துக் கொண்டு வந்த ஒரு பாப்பாளிக்காயை காகிதத்தில் வைத்து மூடி ராஜன் வெடிகுண்டு உண்டாக்கினான். பப்பாளியைப் பழுக்க வைக்கவோ சமைக்கவோ செய்யலாமே என்று தோன்றிய எண்ணத்தை உடனே அடக்கினான். அவனுடைய ஆசையைப் புரிந்து கொண்டதுபோல அப்பு, "நாளக்கி நான் வேறு ஒரு பப்பாளி கொண்டு வரேம்பா, அத பழுக்க வச்சுக்கலாம்" என்றான். ராஜன் ஒன்றும் பேசவில்லை. பப்பாளிப் பொட்டலத்தை தலையின் மேல் இரண்டு கைகளாலும் தூக்கிப் பிடித்தபடி, வறண்ட ஒரு புன்னகையோடு அப்பு சப்தமிட்டான்.

"இதோ வெடிகுண்டு. ரயிலை அசைத்தால் நான் வீசி விடுவேன்."

"சிரிக்கக்கூடாது. வெடிகுண்டு வீசுபவனின் முகம், குரூரமாக இருக்க வேண்டும். ஜனங்களுக்கு பயம் தோன்ற வேண்டும்."

ராஜன் சொல்வதை கேட்ட அப்பு தன்னுடைய தளர்ந்த புன்னகையை குரூரமாக மாற்ற ஒரு பயனற்ற முயற்சியை நடத்தினான்.

அப்புறம் ரயில் வண்டியைத் தடுப்பது எப்படியென்பதைப் பற்றி ராஜன் யோசித்தான். தண்டவாளத்தை அகற்றுவதற்கான சக்தியோ, அறிவோ தனக்கில்லை. அதை ஒரு புரட்சிகர அமைப்பினால்தான் செய்யமுடியும். அப்படியே முடியுமெனினும் ராஜன் அதைச் செய்ய விரும்பவில்லை. கற்களைப் புரட்டி தண்டவாளத்தில் வைக்கக்கூட அவன் விரும்பவில்லை. ரயில் தடம் புரண்டால் எத்தனை பேர் மரணமும், படுகாயமும் அடைவார்கள். அவர்களின் மரணங்களிலும், வேதனைகளிலும், தன் பட்டினிக்கு முடிவு காண ராஜன் விரும்பவில்லை. கடைசியில் அவன் சினிமாவில் பார்த்திருப்பதுபோல, தண்டவாளத்தின் நடுவில் ஒரு செங்கொடியைப் பிடித்தபடி நின்றுகொண்டு அலறி, கையசைத்து சைகை செய்யலாம் என்று தீர்மானித்தான்.

வெகுதூரத்திலிருந்தே டிரைவர் தன்னைக் காண்பதற்கு வசதியாக, நீண்ட ரயில்பாதை அமைந்துள்ள ஒரு இடம் ராஜனுக்குத் தெரிந்திருந்தது. விரிந்த வயல்கள். இரண்டு விளைச்சல்களுக்கிடையில் அங்கே ஆம்பல் பூக்கள் பூத்திருந்தன. வெள்ளம் ஏற்படும்போது அந்த வயல்களினூடாக ராஜன் என்ற சிறுவனின், வாழை மட்டைப்படகு, மழைநீரிலிருந்து கரையேற்றிய ஓணான்களையும் எட்டுகால்பூச்சிகளையும் மற்ற சிறுபிராணிகளையும் ஏற்றிக்கொண்டு நோஹாவின் பேடகத்தைப் போல அலைந்து திரிந்திருக்கிறது. கலங்கிய நீர்ப்பரப்பினூடாக, மழையினால் மறைவதும் விலகுவதுமாக இருந்த ஆகாயத்தில் வேர் பரப்பிய இடிமின்னல்களுக்கும் கீழே ராஜனின் சின்னப் படகிற்கு, சிறிய நீர்ப்பாதையில் பத்திரமான இடம்தேடி, மூழ்கிக் கொண்டிருந்த சிற்றுயிர்கள் வந்தன. பின்னர் ஆம்பல் பூக்களுடன் வேனில்காலம் மீண்டும் மலரும். அப்படியான ஒரு வேனில்காலத்தில்தான், ராஜனின் படகு பாதைகளின் வழியில் ஆம்பல் பூக்களின்மேல் மண்குவியல்கள் உயர்த்தன. அவற்றை நிரவி சமன்படுத்திய நிலத்தில் ஒரு ஆகாய ஏணியைப் போல ரயில் தண்டவாளம் நீண்டது.

ஒருநாள் வாழைமரங்களும், பூமாலைகளும், தோரணங்களும் கட்டியபடி ஒரு ரயில், கோமாளி வேடமிட்ட ஒரு அரக்கனைப் போல், நீண்ட பெருமூச்சுகளை விட்டபடி அதனூடாகக் கடந்து

போனது. தன்னுடைய படகின் உலகம் இரண்டாக உடைந்தாலும் ராஜன் அந்த ரயிலை நேசித்தான். அதன் சீறும் இதயத்தையும், பெருமூச்சுகளையும், கூவல்களையும், தாள லயங்களையும் நேசித்தான். தன் கண்முன்னால் அங்கேயும் இங்கேயுமாக ரயிலில் பாய்ந்து சென்ற மனிதர்களையும் நேசித்தான். இரவுகளில் அவனுடைய உறக்கத்தைக் கலைத்தபடி, முழக்கமிட்டுப் பாயும் மேகங்களின் கீழே, இருட்டினூடே வெளிச்சத்தின் குகையைத் திறந்தவாரே ஒரு மகாசக்தி வாய்ந்த பட்டுப்புழுவினைப் போல அது கடந்து செல்லும்போது, ராஜனும் அதன்கூடவே தன் கனவுகளினூடாக தேனும் பாலும் நிறைந்துவழியும் நாடுகளுக்குப் பறந்தான். ஆயிரமாயிரம் ரயில்களின் பறத்தலின் முடிவில் அதற்குள் பல ஆயிரம் அதிகாரிகளும், புரட்சியாளர்களும் அதிவிரைவில் தேனையும் பாலையும் உட்கொண்டபின் ஒருநாள், தான் ரயில்வண்டிகளின் சாட்சி மட்டுமே என ராஜன் புரிந்து கொண்டான்.

தன்னுடைய வாழைமட்டைப்படகு, குழந்தைப் பருவத்தின் வறண்டுபோன கரைகளில் எங்கேயோ நசித்து கரைந்து போய்விட்டதையும் பசி மட்டுமே தன்னுடனே இருப்பதையும் அவன் புரிந்துகொண்டான்.

'என் படகின் பழைய பாதைகளில்தான் நான் ரயிலைத் தடுக்கப் போகிறேன்' என்றான் ராஜன்.

என் இரவுகளினூடாகக் கூவிக்கொண்டு பறந்த ஒளி நிறைந்த புழுவே, இனி உன்னைப் பிடித்துக் கட்டிவைத்து நான் என்னுடைய பசியை இல்லாமலாக்கப் போகிறேன். என்னுடைய ஆம்பல் வயல்களுடைக்கிடையில் நீ என் கட்டுப்பாட்டில் நிற்கும்போது, நான் என் பழங்கனவுகளின் நிழல்கள் நிறைந்த உன்னுடைய உள்ளறைகளில் நடந்து சென்று என்னுடைய பசிக்கு முடிவு கட்டுவேன். அப்போது நீ மகிழ்ச்சியில் கூவ வேண்டும். இனியும் முடிந்திராத என் மகனின் இளமைப் பருவத்தை நீ வாழ்த்த வேண்டும். அப்பு பப்பாளிப் பொட்டலத்தைப் பிடித்தபடி அப்பாவின் கன்னங்களில் வழியும் ஒரு துளிக் கண்ணீரைப் பார்த்தபடி திகைத்து நின்றான்.

காலையில் ராஜனும் அப்புவும் பப்பாளிப் பொட்டலத்

தையும், துருப்பிடித்த பிச்சுவாக்கத்தியையும் ஒரு துண்டில் சுற்றிக்கொண்டு, நிறைய மணிமருதப் பூங்கொத்துகளையும், தென்னக்குச்சிகளையும் ஓலைப் பந்துகளையும் எடுத்துக் கொண்டு வீட்டிலிருந்து புறப்பட்டார்கள். லஷ்மியிடம் ராஜன் எதையும் சொல்லவில்லை. தான் பணத்துடன் வரும்போது அவள் ஆச்சர்யப்படுவதைப் பார்த்து மகிழ்வதையே ராஜன் விரும்பினான். 'வேகமாக நட. பதினோரு மணி வண்டியை நாம வயல் வெளியில் பிடிச்சிடலாம்' என்றான் அவன். மிகவும் முக்கியமான ஒரு பொருள் மட்டும் அவனிடம் இல்லாமலிருந்தது - செங்கொடி.

கட்சி ஆபீஸின் வராந்தாவில் வாக்கெடுப்பு முடிந்தபின் வீசி எறியப்பட்டிருந்த கொடிகளில் ஒன்றைப் போகிற வழியில் எடுத்துக்கொண்டு போகலாம் என்று ராஜன் எண்ணினான். கட்சியாபீஸின் முன்னால் போய் நின்றபோது, அங்கே கமிட்டிக்கூட்டம் நடந்து கொண்டிருந்தது. அப்புவை வெளியே நிற்கச் சொல்லிவிட்டு, நிறுத்தப்பட்டிருந்த கார்களின் இடையில் மெதுவாக உள்ளே சென்று வராந்தவிலிருந்த ஒரு செங்கொடியை தூக்கினான். உள்ளேயிருந்து கமிட்டிக்கூட்டத்தின் அலட்சியமான முணுமுணுத்தல்கள் கேட்டது.

ராஜன் கொடியை கையிடுக்கில் சொருகியபடி திரும்பி நடந்தபோது பின்னாலிருந்து, "யாரு கொடிய கொண்டுபோறது?" என்றொரு குரல் கேட்டது. ராஜனின் காதுகளில் தன் இதயத் துடிப்பின் ஓசை உச்சத்தில் கேட்டது.

'நான்தான் சும்மா வீட்டில் கட்டி வைக்கலாம்னு நெனச்சேன்' ராஜன் கொடியை எடுத்து நீட்டியபடி சொன்னான்.

'கொடிய அங்க வை'

'சும்மா தானே போட்டிருக்கு சார். நான் ஒன்னுதான் எடுத்தேன்'

'கொடி என்னடா பொது சொத்தா? பார்ட்டியோட சொத்து அது. நீ நெனக்கிற மாதிரி எடுத்துட்டு போக முடியாது கீழே போடு'

ராஜனுக்கு உச்சத்தில் அலறவோ, கத்தவோ தோன்றியது. இந்தக் கொடியைக் காண்பித்து ரயிலைக் கொள்ளை அடிக்கப் போறேன், இதை எனக்கு நீங்க கொடுத்தே ஆகணும். என் பசியின் பிரச்னை இதுவென்று சொன்னால் என்ன என்று யோசித்தான். மரத்து போன மனதோடு ராஜன் சொன்னான். ‘சார், நான் திரும்பக் கொண்டு வந்து தர்ரேன்’ ‘அதெல்லாம் ஒன்னும் வேண்டாம். ஹா ஹா ஹா... இதுக்கெல்லாம் கணக்கிருக்கு. கஷ்டப்பட்டு காசு வசூல் பண்ணி தயார் பண்ணது இதெல்லாம். நீ என்னோட நேரத்தெ வேஸ்ட் பண்ணாம கொடிய திரும்ப கொண்டு வந்து வை. யார் வேணா எத வேணா எடுத்துட்டு போலாம்னு ஆயிடுச்சா. கொஞ்சம் கூட ஒரு ஒழுக்கம் இல்லன்னா எப்படி?’

சிரிப்புச்சத்தம் கேட்டு ஒன்றிரண்டு கமிட்டி உறுப்பினர்கள் கோட்டுவாய் விட்டபடி வராந்தாவிற்கு வந்து ‘என்ன’? என்றனர். அப்போது ராஜன் ஒரு யந்திரத்தைப் போல நடந்து சென்று, கொடியைத் திரும்பவும் மூலையில் இருந்த குவியலில் போட்டான். பிறகு படுவேகத்தில் கேட்டைக் கடந்து வெளியேறினான். அப்பு பளபளப்பும், வழவழப்பும் நிறைந்த ஒரு காரின் மேல்பாகத்தைத் தடவியபடி நின்று கொண்டிருந்தான். ராஜன் அவனுடைய கையைப் பிடித்தபடி, ‘ஓடு, நமக்கு பெரிய வயல்பக்கம் போய்ச் சேர நேரமில்ல. வண்டி சென்றுவிடும். வெள்ளம்புழ வளைவிற்கு ஓடு’ என்றான். ராஜனும் அப்புவும் ஓடினார்கள்.

குறுக்கு வழிகளினூடே பெருமூச்சு விட்டபடி, நடைபாதை கற்களைத் தாண்டி இறங்கி, முள்வேலி கம்பிகளை அகற்றி நுழைந்து, புல்லும், பாசியும் வளர்ந்திருந்த ஒரு சதுப்புப் பிரதேசத்தையடைந்தனர். அந்தப்பக்கம் மண்உயர்த்தி போடப்பட்டிருந்த ரயில்பாதையின், ஓரத்தில் படர்ந்து பூத்து நின்றிருந்த அரளிப்பூக்களுக்கு இடையிலாக ஓடி ஏறினர். கீழே புற்களுக்கிடையில் நீரில் பளபளத்து நின்ற சூரியனை அவர்களின் கால்கள் மிதித்துக் கலைத்தன.

வேர்களில் ஊறிய உரங்களின் இளம் சிவப்பு நிறப் படலங்கள் பரவியிருந்த சதுப்பு நீரில் சிதறிய தன்னுடைய வெளிச்சத்தின் முத்துகளைச் சூரியன் மீண்டும் ஒன்று சேர்த்தான். வறண்டு,

வெளுத்த முகம் நிறைய வியர்வையும் உல்லாசமும் புன்னகையுமாக பப்பாளிக்காய்ப் பொட்டலத்தை நெஞ்சோடு சேர்த்துப் பிடித்தபடி அரளிப் பூக்களுக்கிடையில் அப்பு தளர்ந்து அமர்ந்தான். ராஜன் தன் பிச்சுவாக்கத்தியை மறுபடியும் மடியில் தடவிப் பார்த்துக் கொண்டு ஒரு கையில் துண்டைப் பிடித்தபடி தண்டவாளத்தின் நடுவே ஏறி நின்றான். பாதை, வெயிலில் மின்னியபடி பக்கத்திலிருந்த வளைவில் திரும்பி மறைந்தது.

'கொடியில்லயேப்பா' அப்பு சரிவில் நின்றபடி கேட்டான்.

'இல்லை. நான் கைவீசி சைகை மட்டும்தான் காட்டப் போறேன். என்னை வண்டி இடிச்சா நீ என்ன செய்வே?' வளைவில் கவனித்தபடி ராஜன் சொன்னான்

'நான் அழுதுகிட்டே ஓடிடுவேன்' சிரித்தபடி அப்பு சொன்னான்.

'என் செல்ல மகனே. நீ அழுவதை என்னால் தாங்க முடியாது' ராஜன் தனக்குள்ளே முனகினான். எங்கிருந்தோ குளிர்ந்து காற்று வந்து தன்னைத் தொடுவதை உணர்ந்தபடியே வளைவைப் பார்த்து காத்து நின்றான்.

'விசில் சத்தம் கேக்குதான்னு கவனி' என்றான்.

'நான் வேணா தண்டவாளத்தில் காது வச்சு கேக்கறேன் அப்பா. ரயில் தூரத்தில வரப்பவே தண்டவாளத்தில் சத்தம் கேக்கும்' என்றான் அப்பு.

'அது உனக்கு எப்படி தெரியும்?'

'ஒரு தடவ நான் தண்டவாளத்தில் தலைவைத்துப் பார்த்திருக்கிறேன்' அப்பு மெல்லியகுரலில் சொன்னான். 'உன்னை நான் அடிக்காமல் வளர்த்தது தப்பு' என்றான் ராஜன்.

அப்போது வளைவிலிருந்து ரயில் வந்து கொண்டிருந்தது.

ராஜன் குலுங்கும் தண்டவாளத்தின் மீது இரண்டு கைகளும் உயர்த்தி வீசியபடி நின்றான். ஒரு பூகம்பம் ஏற்பட்டது போல தண்டவாளமும் பூமியும் அதிர்ந்தது. தன் ரயிலின் முகம்

எவ்வளவு உணர்வற்றதென்று ராஜன் ஆச்சர்யப்பட்டான். 'வண்டி வர்றது கேக்கலியே' என்று கீழேயிருந்து அப்பு சொல்வதை ராஜன் கேட்டான். ராஜன் கைகளை வேகமாக வீசினான். நில், நில். எனக்காக நில். அப்புவுக்காக நில். என் சினேகத்தின் நினைவுக்காக நில். ஒரு நிமிடம் நீ என் மகனின் கைதியாகு. எங்களை பசியில்லாதவர்களாக்கு. வண்டியின் அலறலும், அது நகர்த்திக்கொண்டு வந்த காற்றின் தள்ளலும் ராஜனை ஓர் அடி முன்னே நகர்த்திவிட்டது.

'அப்பா, வண்டியிடிக்கும்.' அப்பு கூவினான்.

ஒரு மின்னல் வெட்டுபோல், ராஜன் ஊமத்தம்பூக்களுக் கிடையில் ஆசையும் அதிசயமும் பயமும் நிறைந்த தன்னுடைய மகனின் முகத்தைக் கண்டான். என் மகனே, ராஜன் பூக்களை நோக்கிக் குதித்து சரிவில் உருண்டும், புரண்டும் கீழே சதுப்புநீரின் சூரியனை மீண்டும் கலைத்தபடி வீழ்ந்தான். வேர்களின் சிவந்த ரசாயனநீரில் ஒரு ஆய்வுப் பொருளைப்போல, ஆகாயத்தில் தன்னுடைய கண்களைக் கூசச் செய்த சூரியனுக்கெதிராக கண்மூடிக் கிடந்தான். முன்பு, தன் உறக்கங்களில், ஒரு பெரிய தாளலயத்தோடு, வெயில் நிறைந்த ஆகாயவழியில் கூவிக்கொண்டு தன் ரயில்வண்டி பறந்து போவதை ராஜன் கேட்டான். கண்களின்மீது நிழல் படிந்தபோது அவன் கண்திறந்தான். அப்பு அவனருகில் அமர்ந்து புன்னகைத்தான்.

ராஜன் அவனைத் தன்னருகில் இழுத்தணைத்துக் கொண்டான்.

'அந்த ரயில் அப்பாட்ட ஒரு ரகசியம் சொல்லிச்சுடா'

'என்னப்பா?'

'நீ பெரிசானபிறகு உன்கிட்ட சொல்றேன்.'

சதுப்பின் சாயங்கள் வழியும் பலவண்ணச் சட்டையணிந்து கொண்டு தன் மகனுடைய கையைத் தன்னுடைய கையில் வைத்து அழுத்திப் பிடித்துக் கொண்டு ராஜன் நடந்தான். சதுப்புநிலப்பகுதியைக் கடந்து ஆற்றோரத்தை வந்தடைந்தபோது ஆற்றில் குதித்தான். உடலின் வண்ணங்களைக் கழுவினான்.

புல்லின்மீது நன்றாக அமர்ந்து பப்பாளிப்பொட்டலத்தை அவிழ்த்தான். பப்பாளி நன்றாகப் பழுத்திருந்தது. அப்பு அதையே உற்றுப் பார்த்தபடியிருந்தான்.

ராஜன் பிச்சுவாகத்தியை ஒரு கல்லில் தேய்த்து அதனுடைய துருவை நீக்கினான். கத்தி கூர்மையாக வெயிலில் மின்னியது. அவன் பப்பாளியை மூன்றாக வெட்டினான்.

"அப்பு, நம்முடைய புரட்சியின் ஆயுதமே நமக்கான உணவாக ஆகட்டும்" அப்பு வாயில் எச்சிலூறச் சிரித்தான். 'இது உனக்கு, இது அம்மாவுக்கு, இது எனக்கு. இந்த பூக்குலைகளும், பந்துகளுமெல்லாம் இனி புரட்சிக்கான ஆயுதங்களல்ல. அவை விளையாட்டுப் பொருட்களாக வேயிருக்கின்றன. அவை விடுதலை அடைந்திருக்கின்றன. 'என் சகபுரட்சியாளனே, ரயில் கொள்ளைக்காரா, அந்த ரயில் என்னிடம் சொன்ன ரகசியத்தின் ஆசீர்வாதம் என்றென்றைக்குமாக உன்னுடனிருக்கட்டும். உன் பிள்ளைகளுக்கு பசிக்கு உணவு என்றும் கிடைக்கட்டும்' என்று ராஜன் தனக்குள் சொல்லிக்கொண்டான்.

லட்சுமிக்கான பப்பாளித்துண்டுகளை ராஜன் துண்டில் கட்டியெடுத்துக் கொண்டு, தூரத்தில் எங்கேயோ தன்னுடைய ரயில் மீண்டும், மீண்டும் கூவுவதைக் கேட்டுக் கொண்டே அப்புவின் கையைப் பிடித்தபடி நடக்கத் தொடங்கினான்.

என்னுடைய அப்பா

என்னுடைய அப்பா ஒரு சாதுவாக இருந்தார். அப்பாவை யெண்ணி நான் எவ்வளவோ சங்கடப் பட்டிருக்கிறேன். என் மகன் குறும்புகள் செய்யும் போதெல்லாம் நான் அவனிடம், "டேய், உன்னோட தாத்தா எவ்ளோ சாதுவாயிருந்தார் என்பது உனக்குத் தெரியுமா? ஆனா நீ ரொம்ப மோசமாயிருக்கியே? திமிர் பிடிச்சவனா இருக்கக் கூடாது. நாம் சாதுவாக, எளிமையாக வாழவேண்டும்" என்றேன். ஆனால் நான் உடனே யோசிப்பேன், என் அப்பாவைப் போலக் கஷ்டப்பட்டு வாழவேண்டுமென்று தான் நான் சொல்கிறேனா? அப்பா நிறைய கஷ்டங்கள் அனுபவித்தார், நஷ்டங்களும்.

அப்பாவுக்குப் பிரியமான ஒரு வார்ப்பு* இருந்தது. தாத்தா சம்பாதித்த, பெரிய அழகான ஒரு வேலைப்பாடமைந்த சரித்தப்படி நிற்கும் யக்ஷித்தலைகளுமாக அலங்கரித்த இரண்டு பிடிகளும் அதில் இருந்தது. தாத்தா வேறுயாரும் செய்யாத ஒரு காரியத்தைச் செய்தார். நாலுகெட்டு வீட்டின் நடுமுற்றத்தில் ஒரு தென்னை நட்டார். அது பெரிதாக வளர்ந்து வீட்டின் ஓடுகளைத் தென்னைமடல்களாலும், குறுத்துகளாலும், தென்னம்பிஞ்சுகளாலும் தகர்க்கத் தொடங்கியபோது, எல்லோரும் தாத்தாவைத் திட்டினார்கள்.

அப்போது என்னோட அப்பா, "தென்னை கற்பக மரம்தானே. நடுமுற்றத்தில் அது நிற்கட்டும். நாமெல்லாரும் இறந்தாலும் அது அங்கே இருக்கும்."என்றார் அப்பாவால் இந்தத் தென்னையின் ஒரு இளநீரைக்கூட குடிக்க முடியவில்லையே. தாத்தாவும் மத்திய வயதிலேயே இறந்து போயிருந்தார்.

தென்னை மரத்திற்கு அடியிலிருந்த வார்ப்பில் மழைத்தண்ணீர் நிறையும்போது, நான் அதை ஒரு சின்னக் குளமாக நினைத்துக் குளித்திருக்கிறேன். நெல் வேகவைக்கும்போது அதிலிருந்து அலைகளாக உயர்ந்து பரவியிருந்த மனம் மயக்கும் வாசனையில் நான் என்னை முழுவதுமாக இழந்திருக்கிறேன். வார்ப்பு தீச்சுவாலைகள் சூழ ஒரு அன்னியன் போல அடுப்பின்மீது அமர்ந்திருக்கும். நெருப்பின் நிழல்களுக்குள் நானும் வேறு யாரோவாக மாறி இருப்பேன். வெந்த நெல்லின் வாசனையின் அலைகள் உயர, வார்ப்பு இருட்டில் மீண்டும் என்னைத் தேடிவரும்.

ஒருநாள் ஒளிந்து விளையாடும்போது பெரிய பிள்ளைகள் என்னை, தோட்டத்திலிருந்த வார்ப்பைத் தூக்கிவிட்டு, அதனடியில் ஒளிய வைத்தார்கள். என்னை ஒளித்தவர்கள் ஆட்டத்தை நிறுத்தி எப்போதோ அவரவர்களின் வீடுகளுக்குச் சென்று விட்டார்கள். என்னைக் கண்டுபிடிக்க அவர்கள் மறந்து போனார்கள். அது எனக்குத் தெரியாது. நான் வார்ப்பின் ஓரங்களைத் தடவியபடி, வெளி உலகம் ஒரு ஆழ்ந்த நாதத்துடன் முழக்கமிடுவதைக் கேட்டபடி, வார்ப்பின் அடைத்த இருண்ட அணைப்பிற்குள், என்னைக் கண்டுபிடிப்பதை எதிர்பார்த்துக் கொண்டிருந்தேன். என்னைத் தேடி அலைந்தவர்களில் என் அப்பாவிற்கு மட்டும்தான் வார்ப்பைத் தூக்கிப் பார்க்கத் தோன்றியது. அப்பா அழுதுகொண்டே என்னைத் தூக்கியது என் ஞாபகத்தில் நீங்காமலே இருக்கிறது. எது ஞாபகம்? அப்பா தூக்கியெடுத்த அந்தச் சின்னப் பையனும் அப்பாவும் இன்று

அப்பாவின் வேதனையையும் அன்பையும் வேறு யாராகவோ மாறிப்போயிருக்கும் நான் பாதுகாக்கிறேன்.

அந்த வார்ப்பு அப்பாவிற்கு நஷ்டமானது. ஒரு நாள் அப்பா வேர்த்து வழிய முற்றத்தின் வழியாக ஓடிவருவதை நான் நினைத்துப் பார்க்கிறேன். முற்றத்து மணலில் வெயில் கொதித்தது. அப்பாவைப் பார்த்தவுடன் பெரிய திண்ணையின் தூணின்கீழே அமர்ந்து சின்ன திண்ணையின் மீது காலை நீட்டியிருந்த பாட்டி குதித்தெழுந்தாள். பாட்டி அப்பாவிற்கு நேராக நீட்டிருந்த சுண்டு விரலின் நுனியில் சுண்ணாம்பு காய்ந்து ஒட்டியிருந்தது.

பாட்டி தூணின் உயரத்திற்கு வளர்ந்திருந்ததாகவே குழந்தைகளான எங்களுக்குத் தோன்றியது. உயரத்திற்கேற்ற பருமனும் இருந்தது. ஒரு நரைமுடி கூட இல்லாத இருண்ட, கறுப்பான முடியை கையினால் கோதி பல அடுக்குகள் கொண்ட ஒரு தலைபாகை போல தலையில் சுற்றியிருந்தாள். இன்று நான் நினைத்துப் பார்க்கும் போது பாட்டி அந்த வயதிலும் ஒரு அழகியாகத் தான் இருந்தாள் என்பதை உணர்கிறேன்.

ஒருமுறை நான் அம்மாவின் ஞாபகத்தில் தவறி பாட்டியின் முலைகளை அணைத்துக் கொண்டது நினைவுக்கு வருகிறது. பாட்டி என் கைகளைத் தட்டிவிட்டாள். ஆனால் ஒரு இளம்பெண்ணின், கடினமான முலைகளாகவே அவை இருந்தன. முலைகளின் கடினத்தன்மை எதனால் பெண்களின் இதயங்களிலும் உண்டாகிறது? அவற்றின் இனிமையும் யாருக்காக? என் பாட்டி கூச்சமில்லாத ஒரு பெண்ணாகவேயிருந்தாள்.

பாட்டியின் சுண்டுவிரல் அப்பாவை முற்றத்தின் சுடுமணலில் 'நீ ஏறிவராதே. அவளையும் கூட்டிட்டு வந்தாப் போதும். போ. வெக்கமில்லாத பொறுக்கி'

இதையெல்லாம் பார்த்தபடியே நான் முற்றத்து மூலையில் சாம்பமர நிழலிலமர்ந்து என் அம்மாவின் சிறுமுலைகளின் பிரியத்தை நினைத்து அழுதேன். பஜனை பாடிக் கொண்டிருக்கும்போது அம்மா என்னை மாரோடு அழுத்திப்பிடித்தபடி என் நெற்றியில் முத்தமிடுவாள். அம்மா காணாமல் போனபோது பாட்டி முதலில் நெஞ்சில் அடித்துக்கொண்டாள். பிறகு துடைப்பத்தால் வேலைக்காரப் பெண்ணை விரட்டி விரட்டி அடித்தாள். வேலைக்காரர் களையும் பக்கத்து வீட்டுக்காரர்களையும் அழைத்தாள். அப்பாவிற்கு ஆளனுப்பினாள்.

அம்மாவின், உறங்காத படுக்கையில் அடர்ந்து வீழ்ந்திருந்த இலஞ்சிப்பூக்கள் படுக்கைவிரிப்பின் பூக்களுக்குள் மறைந்து போயிருந்தன. அவற்றைப் பொறுக்கியெடுத்து என் மூக்கால் அழுத்தி அம்மாவை மீண்டும் சுவாசித்தபடி நான் ஒரு கதவின் பின்புறம் நின்றேன். இலஞ்சிப்பூக்கள் பொறுக்க, எத்தனையோ விடியல்களில் நான் அம்மாவிற்குத் துணையாகப் போயிருக்கிறேன். ஒருமுறை அஸ்தமிக்கும் நிலவிலொரு யஷியைப்போன்ற தோற்றத்துடன் நடந்த அம்மா 'நீ பார்க்காதே' என்று சொல்லிக் கொண்டே செண்பகமரம் பக்கம் மறைந்து உட்கார்ந்து சிறுநீர் கழித்தாள். நான் ஓடிச்சென்று பார்த்தேன். அம்மாவின் சிரிப்பு நிலவில் பளபளத்தது. அம்மா என்னிடம், 'உனக்கு வெட்க மாயில்லையா?' என்றாள். அம்மா எழுந்திருக்கும்வரை நான் அவளுடைய தோளில்பிடித்தபடி மௌனமாக ஒரு துவாரபாரகனைப் போல நின்றிருந்தேன். பனித்துளி களால் ஊறிய புல்லிலிருந்து ஒரு விதமான வாடையெழுந்து என்னைத் தாக்கியது. செண்பக மரக்கொம்புகள் உணர்ந்து ஒரு விடியல் காற்றில் குலுங்கியது.

'ஒரு நிமிஷம்கூட வீணாக்காமப் போடா' பாட்டியின் அலறல் சாம்ப மரத்தடியை வந்தடைந்தது. அப்பா

தோளிலிருந்த துண்டினால் முகத்தைத் துடைத்தபடி முற்றத்தில் நின்றிருந்தார்.பாட்டி ரூபாயை அப்பாவிற்கு எதிரில் நீட்டியபடியே, ‘அவளைக் கட்டி இழுத்துகிட்டு வா; அவனையும். என் உடம்பெல்லாம் எரியுது. என்னால முடியல. போடா’ என்றாள்.

அடுத்தநாள் வெயிலில் பழுத்திருந்த முற்றத்தில் ஒரு திடகாத்திரமான இளைஞன் ஏறி வந்து அடக்க ஒடுக்கமாக நின்றான். ‘யாருடா நீ?’ என்றாள் பாட்டி.

‘எனக்கு ஊரு பெருவந்தானம். ஒரு கொல்லன். எந்த வேலையும் செய்வேன்’ பணிவுடன் துண்டை கையிடுக்கில் வைத்தபோது நெஞ்சிலும் முதுகிலுமாக வேலை செய்து கடினமான சதைகள் குலுங்கின. ‘உம்’ என்றாள் பாட்டி.

‘நாராயணன் வர வரைக்கும் நீ இங்க இரு. உன் வேலையும் நடவடிக்கையும் எப்படியிருக்குன்னு பார்க்கிறேன். உன் பேரேன்ன?

‘குட்டன்’.

பாட்டி முற்றத்திற்கு இறங்கி வந்து அவனை ஒரு முறை பார்த்தாள். குட்டனின் உயரத்திற்குப் பாட்டியும் இருந்தாள்.

நான் என்றைக்கும் குட்டனின் பின்னால் நிழல்போல் தொடர்ந்தேன். பெருவந்தானத்திலிருந்து என் உலகத்திற்குத் திடீரென வந்து சேர்ந்த ஒரு மனிதனின் எல்லா ரகசியங்களும் எனக்குத் தெரிய வேண்டியிருந்தது.

ஒரு வாரத்திற்குப் பிறகு அப்பா திரும்பினார்.... தனியாக. அப்பாவின் உதட்டிலும், காதுகளிலும் காயங்களிருந்தன.

அதற்கு முதல்நாள் நெல்லறையின் குதிருக்குள் மிட்டாய்ப் பெட்டியில் பத்திரப்படுத்தியிருந்த பாட்டியின் தங்க அரைஞாண் கயிறு காணாமல் போய்விட்டது. அதற்கு முதல்நாள்தான் பாட்டி குட்டனிடம் சொல்லி நெல்லறை

யையும், குதிறையும் பெருக்கிச் சுத்தப்படுத்தச் சொல்லியிருந்தாள். குதிருக்கு ஒரு புதிய, மணியோசை யோடு திறக்கும் படியான பூட்டு ஒன்றையும் போட்டிருந்தாள். அறையின் மண்ணெண்ணெய் விளக்கின் இருளில் நின்ற பாட்டியும் குட்டனும் என் காது கூர்மைக்குள் விழுந்த தெளிவற்ற ஓசைகளாக மட்டுமே மாறிப் போனார்கள். குதிரிலிருந்து பழைய நெல்லின் தூசியும் வேர்வையின் மணமும் வெளியே படர்ந்து வந்தது. சிறிது நேரத்திற்குப் பிறகு என் காவலை நிறுத்தி, முற்றத்திலிருந்த பழைய காப்பிமரத்தில் ஏறி சில்வண்டு களைப் பிடிக்கப் போய்விட்டேன். சில்வண்டுகள் பருத்த காப்பியின் கிளைகளைக் கட்டிப்பிடித்தபடி வேனில் காற்றுக்கு ஒத்து ரீங்காரமிட்டன. மெதுவாக ஆடிய கிளையிலிருந்து பெருவந்தானத்தின் மலைகளிலூடே மேகங்கள் அலைவதாக நான் கனவு கண்டேன்.

மறுநாள் அரைஞாண்கயிறு, மிட்டாய்ப் பெட்டியில் காணவில்லை என்று அறிந்தவுடன் பாட்டியிடமிருந்து ஒரு கூக்குரல் எழுந்தது. நான் அறையின் புற வாசலை நோக்கி ஓடிப்போன போது, குதிருக்குள் இருந்து பாட்டி ராட்சசி போன்ற ஒரு ஆடும் நிழலாக உயர்வதைக் கண்டேன். பெரிய பயத்துடன் வெளியே குதித்தோடி தோட்டத்தை அடைந்தேன். என் பின்னாலேயே பாட்டி தோட்டத்தைப் பார்த்து நடந்து வந்து கொண்டிருந்தாள்.

வயலில் களை பறித்துக் கொண்டிருந்த குட்டன் வேர்வையைத் துடைத்தபடியே, மரவள்ளி பாத்தி களிலிருந்து வெளியேறி பாட்டியின் பின்னால் முற்றத்திற்கு வந்தான். பாட்டி திடீரென்று திரும்பி, ஒரே இழுப்பில் குட்டனின் வேட்டியை அவிழ்த்து விட்டாள். அவன் இரு கைகளாலும் கீழே மறைத்துக் கொண்டான். பாட்டி அவனை ஒரு குழந்தையைப் போல பிடித்து இழுத்துத் தள்ளியதில் வராந்தாவில் வந்து விழுந்தான். குட்டனின்

லிங்கத்தினைப் பார்த்து நான் அதிசயித்து நின்றேன். அவனுக்கு ஒரு லிங்கம் இருக்கிறது என்கிற ரகசியத்தையும் நான் அறிந்து கொண்டேன்.

குட்டனை ஒரு கையால் பிடித்தபடியே பாட்டி உயரேயிருந்த ஒரு கயிறை உருவியெடுத்து அவனைத் தூணில் இழுத்து கட்டினாள். பாட்டியின் சக்தி என்னை கிடுகிடுக்க வைத்தது. குட்டன் விடுவித்துக் கொள்கிறானா, தன்னை மறைத்துக் கொள்கிறானா என்று எனக்குப் புரியவில்லை. அவன் பாட்டியைத் தள்ளிவிட்டு ஓடவேண்டும் என்று நான் என் கைகளாலும் கால்களாலும் குட்டனுக்காக தள்ளுவதும், உதைப்பதுமாக செய்து கொண்டிருந்தேன். அவன் ஒரு ராட்சசனைப் போல கயிறுகளை அறுத்து, பாட்டியைக் கொன்று, தோட்டத்திற்கு வந்து என் கைப்பிடித்து பெருவந்தானத்து மேகங்கள் தொடும் மலை களுக்கிடையே மறைந்து போக வேண்டுமென்று நான் ஆசைப்பட்டேன். ஆனால் குட்டன் சக்தியற்றவனைப் போல அங்கே கட்டப்பட்டவனாக நின்று கொண்டு மட்டுமேயிருந்தான்.

பாட்டி குட்டனை அடிக்கத் தொடங்கிய போது, நான் கண்களை மூடிக்கொண்டேன். 'அய்யோ பாட்டி நான் எடுக்கலியே' என்ற அழுகுரலை மட்டுமே நான் கேட்டுக் கொண்டிருந்தேன். பாட்டி குட்டனின் லிங்கத்திலும் அடிக்கிறாளா என்ற பெரிய பயம் என்னைத் தாக்கியது. நான் பார்க்கும்போது பாட்டி, நடுமுற்றத்தில் இறங்கி தாத்தா வைத்த தென்னை மரத்தின் பக்கத்தில் வார்ப்பின்மீது சாய்ந்து வைத்திருந்த ஓலை கழித்த தென்னை மடலைக் குனிந்து எடுத்தாள். யஷிகள் நமட்டுச் சிரிப்பு சிரித்தார்கள். ஒற்றை மணியோசையென, யஷிகளின் கூக்குரல் போல வார்ப்பின் அழுகை முழங்கியது. அந்த மடலினால் பாட்டி குட்டனை இரண்டு மூன்றுமுறை தலையில் அடித்தபோது அவனுடைய அழுகை நின்றது. பறித்தெடுக்கப்பட்ட

கொடிபோல அவன் தூணில் தொங்கிக் கிடந்தான்.

அக்கம்பக்கம் உள்ளவர்களும், வேலைக்காரர்களும் ஓடிவந்து பாட்டியை அகற்றி நிறுத்தினார்கள். அதற்குள் பாட்டி குட்டனின் இடுப்பில் வேட்டியைச் சுற்றி விட்டிருந்தாள். அவனை எல்லோருமாகத் தூக்கியெடுத்து ஆஸ்பத்திரிக்குக் கொண்டு போனார்கள். பாட்டி எந்தவித அலட்டலுமின்றி தூணின்கீழ் அமர்ந்து வெற்றிலைப் பெட்டியைத் திறந்து அதையே பார்த்துக் கொண்டிருந்தாள். வெற்றிலை போடவில்லை.

அடுத்தநாள்தான் அப்பா வந்தார். 'எங்கடா அவ' பாட்டி அலறினாள். அப்பா சொன்ன கதை இது தான். எர்ணாகுளம், திருச்சூர், கோழிக்கோடு, தலைச்சேரி என எல்லா ஊர்களும் கடந்து மஞ்ஞேஸ்வரத்தில் அப்பா அம்மாவைக் கண்டுபிடித்திருக்கிறார். வீட்டு முற்றத்தில் நின்றபடி அப்பா அம்மாவைப் பேர் சொல்லி கூப்பிட்டு இருக்கிறார். அம்மா வீட்டுக்குள்ளேயிருந்தே சன்னமான ஒலியில், 'நான் இனி வரமாட்டேன் போங்க...' என்றாளாம். 'அம்மா உன்னைப் பாக்கணும்னு சொல்றா' 'எனக்கு பாக்கப் புடிக்கல. என்மீது அன்பா இருக்கறவங்க போதும். நான் இங்க நல்லாயிருக்கேன்னு என் செல்லங்கிட்ட சொல்லிடுங்க...'

மஞ்சேஸ்வரத்திலிருந்த அம்மா என்னைப் பற்றி யோசித்த சந்தோஷத்துடன் நான் அப்பாவின புண்பட்ட முகத்தைப் பார்த்து நின்றேன்.

பாட்டியின் வார்த்தைகளின் பயத்தால் அப்பா வீட்டிற்குள் சென்று அம்மாவின் கையைப் பிடித்து இழுத்திருக்கிறார். அம்மாவின காதலனின் உறவினர்கள் அப்பாவை அடித்திருக்கிறார்கள். அம்மா அழுதபடியே அப்பாவைக் கட்டிப்பிடித்து மன்னிப்பு கேட்டாளாம். 'தூ... வெக்கங் கெட்டவனே, நீ போய் என் மகனாப்

பொறந்தியேடா’ என்றவாறே பாட்டி அடுப்பிலிருந்த விறகு கட்டையை எடுத்தாள். வேலைக்காரப் பெண் பாட்டியைத் தடுத்து விறகு கட்டையை அகற்றிவிட்டாள். அப்பா என்னையெடுத்து மார்போடு அணைத்தபடியே திண்ணையில் வந்தமர்ந்தார்.

குட்டனின் ஆட்கள் போலீசாருடன் வந்தபோது, பாட்டி வராந்தாவிலிருந்த கட்டிலில் ஏறிப் படுத்துவிட்டாள். அப்பாதான் எல்லோரையும் சமாதானப் படுத்தி அனுப்பி வைத்தார்.

பாட்டி முதல் பிரதியாக, கேஸ் நடந்தது. வக்கீல் வீட்டிற்கு வரும்போதெல்லாம் நடுமுற்றத்தில் தென்னை மரத்தடியைப் பார்த்தபடியே, ‘ஏ க்ளாஸ் வார்ப்பாச்சே நாராயணப் பிள்ளை இது. நான் இந்த கேஸை ஜெயிச்சு தரேன். அந்த வார்ப்பை எனக்குக் குடுத்திடு’ என்பார். கொஞ்சம் தள்ளி நின்று கொண்டு நான் ‘இல்லை, இல்லை, தரமாட்டேன்’ என்று நிசப்தமாய் அலறுவேன்.

குட்டன் ரொம்ப நாள் ஆஸ்பத்திரியில் இருந்தான். அங்கேயிருந்து அவன் நேராகப் பெருவந்தானம் போய்விட்டான். கோர்ட்டிலிருந்து பாட்டி விடுவிக்கப் பட்டாள். அதற்கெல்லாம் ரொம்ப நாள் முன்பு, அம்மாவைத் தேடிப் போன அப்பா திரும்பி வந்த அன்றுதான், கிணற்றங்கரையின் மரங்கள் அடுக்கப்பட்ட அறையில் பாட்டிக்கு எண்ணைய் தேய்த்து விடும்போது வேலைக்காரி தங்க அரைஞாண் கயிறைப் பாட்டியின் இடுப்பில் பார்த்திருக்கிறாள். பத்தாயம் பெருக்கிய அன்று தான் அதை அணிந்துகொண்டதை மறந்துவிட்டதாக பாட்டி சொன்னாளாம். இன்று நான் திரும்பப் பார்க்கும்போது, பாட்டி தங்க அரைஞாண்கயிற்றை பத்தாயத்தின் நிழல்களில் நின்று குட்டனுக்காக அணிந்திருக்கலாம். இல்லை யென்றால் அவனைக் கொண்டு இடுப்பில் அணியச் செய்திருக்கலாம் என்பதை யோசிக்க முடிகிறது.

என்னுடைய பாவமான அப்பா என்ன நினைத்திருப்பார் என்று எனக்குத் தெரியாது. கொஞ்ச நாட்கள் கழித்து என் கூக்குரல்களுக்கிடையே வக்கீல் ஸ்ரீதரன்நாயர் அப்பாவிற்குப் பிரியமான அந்த வார்ப்பை எடுத்துக் கொண்டு போனார்.

அழுதுகொண்டே என்னைக்கண்டுபிடிக்க நடந்த அப்பாவின் அன்பின் சாட்சியான, அந்த வார்ப்புகூட இன்று இல்லாமல் போய்விட்டது. என்னதான் மீதியாய் இருக்கிறது அப்பா?

கடத்தல்

'நான் இந்த விமானத்தைக் கடத்துகிறேன்' இருக்கையிலிருந்து எழுந்து துண்டினால் மூடப்பட்ட தலை சீவும் பிரஷை உயர்த்திப் பிடித்தபடி தாமஸ் கத்தினார்.

இன்று தாமஸின் ஐம்பத்திரண்டாவது பிறந்தநாள். அவர் டில்லியிலிருந்து காலை மும்பைக்கு போகும் சிட்டி ஷட்டில் விமானத்தில் பறந்து கொண்டிருந்தார். தாமஸின் முழுப்பெயர் தாமஸ் தேவஸ்யா ஐ.ஏ.எஸ். உள்துறை அமைச்சகத்தின் உயர் அதிகாரி. பால் தாக்கரேக்கான முக்கியமான செய்தியோடு மும்பைக்குப் போகிறார். விமானம் ஹரியானாவின் கோதுமை வயல்கள் பின்னிட ராஜஸ்தானின் மணல்பரப்புகளின் மீதாகப் பறக்கத் தொடங்கியிருந்தது. காலைச் சிற்றுண்டிகள் இருக்கும் டிராலிகளை உருட்ட, விமானப் பணிப்பெண்கள் தயாராகிறார்கள்.

தாமசுக்கு வேர்த்தது. ஒரு கையால் டையைத் தளர்த்தியபடியே அவர் இன்னும் சத்தமாகச் சொன்னார், 'ப்ளீஸ் லிசன், ஐ ஹேவ் ஹைஜாக்ட் திஸ் ப்ளேன். என் கையிலிருப்பது இந்திய இராணுவத்தின் மிகப் புதியதும் வெடிப்புத் திறனுடையதுமான கிரானைட். அதன் பின்னை நான் உருவிவிட்டேன்.

விமானத்திற்குள் குஜராத்திகளும், பஞ்சாபிகளும், மகாராஷ்டிரர்களும், தமிழர்களும், வெள்ளயர்களும் நடுங்கினர்.

அவர்கள் தாமஸைக் கண்கொட்டாமல் பார்த்தனர். சிலர் பிரார்த்தனையில் மூழ்கினர். இரண்டு பெண்கள், அழுதனர். விமானப் பணிப்பெண்கள் உதவியாளர்களின் முகங்கள் சிந்தனையில் ஆழ்ந்தன.

'யாரும் அசையாதீர்கள்!' என்றார் தாமஸ்.

அவன் உயர்த்திப் பிடித்திருந்த துண்டினால் சுற்றப்பட்ட கையுடன் காக்பிட்டிற்குள் சென்றான். விமானம் அழுத்தத்தால் உயர்ந்து தாழ்ந்தது. சீட் பெல்ட்டுகள் அணிந்து கொள்வதற்கான சிக்னல் எழுந்தது. கடைசி நிமிடம் பெற்ற பயணச்சீட்டினால் தாமசுக்கு 'ஒய்' வகுப்பில்தான் இருக்கை கிடைத்தது. காக்பிட்டுக்குப் போக 'ஜெ' வகுப்பின் திரைச்சீலையை நகர்த்தி அங்கே சென்றபோது, தாமசுடன் எப்போதும் பயணத்தில் பங்கு பெறும் சகபயணிகளான உயர்அதிகாரிகளும், வியாபாரிகளும், தொழிலதிபர்களும் அவனைப் பார்த்துப் புன்னகைத்தனர். 'ஹலோ மிஸ்டர் தாமஸ்! கடைசி நிமிஷம் இல்லையா? இன்னைக்கே திரும்பறீங்களா? நம்மளோட கோல்ப் ஒரு கேம் மீதியிருக்கு' என்றான் ஒருவன்.

தாமஸ் அவர்களை இடைமறித்துச் சென்று காக்பிட்டின் கதவையடைந்து திரும்பி நின்றார். துண்டினால் மறைக்கப்பட்ட கையை உயர்த்தியபடி முன்னர் சொன்னதையே திரும்பச் சொன்னார்.

கூடுதல் செயலாரும், எம்.பி.யும், சேனல் உரிமையாளரும் விமானப்படை மார்ஷலும் சேர்மன் மற்றும் மேலாண்மை இயக்குநரும் நடுங்கினர். படத்தயரிப்பாளரும் கார் டீலரும் விளம்பரக்கம்பெனி உரிமையாளரும், பொருளாதார மேதைகளும் தாமசை மிரட்சியோடு பார்த்தார்கள்.

தாமஸின் உயர்த்திய கை வலிக்கத் தொடங்கியது. ஐ.ஏ.எஸ் ஆனபிறகு இவ்வளவு அதிக நேரம் கையர்த்தி நின்றதில்லை. கோல்ப்பினால் ஒரு பலனும் இல்லையே?

காக்பிட்டிற்குள் காப்டனிடம் தாமஸ் முன்னர் சொன்னதையே திரும்பச் சொன்னார். பைலட் மினோச்சாவும் துணைபைலட்

தத்தாவும் கடத்தப்படும்போது செய்ய வேண்டிய நடவடிக்கைகளை மனதில் கொண்டு தாமஸிடம், 'சார், நீங்க சொல்ற மாதிரியே நாங்க செய்யறோம். பயணிகளுக்கு பிரச்னை எதுவும் ஏற்படக்கூடாது என்று வேண்டுகிறோம்' என்றனர்.

'இந்த விமானத்தை உடனே குரவிலங்காட்டிற்கு திருப்புங்கள்' என்றார் தாமஸ்.

'சார், எங்கேயிருக்கு குர....?' என்றான் பைலட். அவனால் அந்தப் பெயரை முழுவதுமாக உச்சரிக்க முடியவில்லை.

'கு-ர-வி-ல-ங்கா-டு,'

'எங்கேயிருக்கு சார் இந்த விமான நிலையம்'.

'என்ன, உங்களுக்குத் தெரியாதா? பிரஷ் பிடித்த கையைக் குலுக்கிக் கொண்டு தாமஸ், 'ஜனாதிபதி கே.ஆர்.நாராயணன் எங்கே பிறந்தார்?' என்றார். பைலட் மன்னிப்பு கேட்கும் பாவனையில்,

'தெரியாது சார்.' என்றான்.

'உழவூர் இன் கேரளா' என்றார் தாமஸ்.

'ஓ! உசவூர்! உசவூர்! தாங்க் யூ சார்' என்றான் மினோச்சா.

'உழவூருக்குப் பக்கத்தில் உள்ள முக்கியமான நகரம்தான் குரவிலங்காடு. விமானத்தை அந்தப்பக்கம் திருப்பு' கட்டளையிட்டார் தாமஸ்.

தைரியமான ஒரு விமானப்பணிப்பெண் காக்பிட்டிற்குள் தலையை நுழைத்து, 'எக்ஸ்கியூஸ் மீ சார்.' என்றாள்.

தாமஸ் அவளைப் பார்த்தார்.

'சார், சர்க்கரை நோயும், இரத்தக் கொதிப்புமுள்ள நாலைந்து பயணிகளுக்கு சிற்றுண்டி கொடுக்கட்டுமா?' என்று கேட்டாள்.

'எல்லா பிரயாணிகளுக்கும் கொடுங்க. சிற்றுண்டி ஒரு பிரச்னையே அல்ல'

பணிப்பெண் தாமஸை வணங்கி நன்றி சொல்லிவிட்டு நகர்ந்தாள்.

'சார், நான் கேட்பதற்கு மன்னிக்கணும். நீங்க யாரு?' என்றான் பைலட் மினோச்சா.

'நான் தாமஸ் தேவஸ்யா ஐ.ஏ.எஸ்., மத்திய உள்துறை அமைச்சகத்தின் ஒரு ரகசியப் பிரிவின் தலைவன். நீங்கள் உடனே டில்லிக்கு அழைத்து என்னுடைய தேவையைத் தெரிவியுங்கள்'

மினோச்சாவும் தத்தாவும் திடுக்கிட்டனர். பைலட் டில்லிக்கு அழைத்து எல்லா விபரங்களையும் சொல்வதைக் கேட்டபடி அங்கே நின்றிருந்தார் தாமஸ்.

பைலட் டில்லி பேச்சு வார்த்தையை அவசரமாக முடித்துக் கொண்டான். அவன் வேதனையோடு, தாமஸைப் பார்த்து, 'சார், குரவிலங்நாடு என்றொரு விமான நிலையம் கேரளத்திலில்லை' என்றான்.

'என்ன? குரவிலங்நாட்டில் விமான நிலையம் இல்லையா?'

'இல்லை சார். நாங்க தெளிவா விசாரிச்சுட்டோம்' மிக அருகில் நெடும்பாசேரி விமான நிலையம் இருக்கிற தென்பதை பைலட் சொல்லவில்லை.

'அது மட்டுமில்லை சார். கேரளம் வரை பயணம் செய்வதற்கான எரிபொருள் நம்மிடமில்லை. மும்பையிலோ டில்லியிலோ இறங்கி எரிபொருள் எடுக்காமல் நீண்ட பயணம் சாத்தியமில்லை சார்' என்று சொன்னான்.

தாமஸின் காதுகளுக்குள் இதொன்றும் செல்லவில்லை. மின்சாரத் தாக்குதலுக்கு உட்பட்டவனைப் போல நின்று கொண்டிருந்தார்.

"அப்புறம் எதுக்காக நான் இந்த விமானத்தைக் கடத்தினேன்?' அவர் அனிச்சையாகச் சொல்லிக் கொண்டான். 'கஷ்டம்! குரவிலங்நாட்டில் விமானநிலையம் இல்லையாம். இருபத்தேழு வருடத்திற்கு முன்பு ஐ.ஏ.எஸ் ஆகி குரவிலங்நாட்டிலிருந்து வண்டியேறியது முதல் நான் திரும்பிச் செல்வதற்கு

விரும்புகிறேன்... ஆனால், என் குஜராத் கேடர்,... குஜராத்காரி ஐ.ஏ.எஸ்.மனைவி.... குழந்தைகள்... சிக்கிம்... சைனா... எமர்ஜென்ஸி... ஆப்பரேஷன் ப்ளூ ஸ்டார்... இந்திராகாந்தி படுகொலை....சீக்கியர் தொடர்கொலைகள்....கரசேவை... ராஜீவ் கொலை.... ஐ.எஸ்.ஐ.... அயல்நாட்டுப் பயிற்சி.... காஷ்மீர்.... பாபர் மசூதி.... மும்பை.... கோயம்புத்தூர்.... பீஹார்.... இன்று என்னுடைய ஐம்பத்திரெண்டாம் பிறந்த நாள். என் அம்மாவிற்கு எண்பத்து நான்கு வயசாகிறது. இன்று மாதாகோவிலில் திருவிழா. என் உயிரைப் பணயம் வைத்து குரவிலங்நாட்டிற்குப் போக முயன்றும் நான் தோற்றுப் போனேன்' தாமஸ் சத்தம் வராமல் அழுவதை மினோச்சாவும் தத்தாவும் உறுதியின்றிப் பார்த்தனர்.

'வி ஆர் வெரி சாரி, சார்,' கடத்தலை நேரிடும் முறைகளில் ஒன்றாக அவர்கள் சொன்னார்கள். 'நாங்கள் எல்லா விதத்திலும் உங்களுக்கு உதவத் தயார்.

'விமானம் பால்தாக்கரே இடத்திற்கு செல்லட்டும்' தாமஸ் ஒரு கையால் கண்ணைத் துடைத்தபடி சொன்னார்.

'பால் தாக்கரே, சார்?' பைலட் மினோச்சா ஆச்சரியமாகக் கேட்டான்.

'ஆமாம், பால்தாக்கரே,' என்றார் தாமஸ்.

'அதாவது, மும்பை?' பைலட் தன் பெருமகிழ்ச்சியை மறைத்தபடி கேட்டான்.

'ஆமாம், மும்பைதான்,' தாமஸ் துண்டுக்குள்ளிருந்து பிரஷை வெளியே எடுத்து அதன் நரைத்த முடிகளைப் பார்த்தபடி சொன்னான்.

மீண்டும் ஒரு மாலைப் பொழுது

ஆறு மணி.

மௌல்வியின் முனை வளைந்த தோல்செருப்புகள் கறுத்த பளபளப்பான மரப்படிகளை மிதித்தபடி மேலே போகும் சத்தம் தெருவிற்கு உருண்டு விழுந்து மேலே சென்று மறைந்து போய் நிலைத்தது.

ஒன்று, இரண்டு, மூன்று, நான்கு, ஐந்து, ஆறு - மணியோசைகள் இறகு வீசிப் பறந்தன. கோபுரத்திற்கு உயிர் வந்தது. நிறம் மங்கிய ஒலிபெருக்கி உதறி உதறி ஒலித்து உரத்த தாளத்தில் நீட்டி முழங்கியது.

"அல்லாஹ்......அக்பர்ர்ர்ர்....." மௌல்வியின் ராகமேறிய குரல் நகரத்தின்மேலே அலைந்து நடந்தது. உள்ளே முட்டிகள் மடக்கி, தலைகள் குனிய, உதடுகள் அசைய ஆகாயத்தில் உயர்ந்த சத்தங்களுக்கு இணையாக இறைவனை நோக்கி மனசுகள் பறந்தன. மற்ற மசூதிகளிலிருந்தும் தெய்வ கீர்த்தனைகள் மெல்ல எழுந்தன. நகரத்தின் மேலே ஆகாயத்தில் தங்களுக்குள் தேடி அலைந்தன. பின் தொடர்ந்து அஸ்தமனத்திற்குள்ளும், அந்தகாரத்திற்குள்ளும் பறந்து மறைந்து சென்றன.

"ஹா!" என்று விரட்டிய, பேலம்மா தரையில் காறித் துப்பினாள்.

மேற்கில் ஆகாயத்தில் மறைந்த சூரியனின் மிச்ச சொச்சங்கள் சிதறிக் கிடந்தன. இரத்தம் புரண்ட கிழிந்த துணி போல சிவப்பு படர்ந்த ஒரு மேகம். கொஞ்சம் மஞ்சள் நிறம். இழுத்துக் கட்டப்பட்ட கொடிபோல வானத்தின் அடியில் நீண்டு நிற்கும் கசங்கிய மேகங்களின் பின்னால் சிறிய வெளிச்சம். கொஞ்சமாக வெளிறிய நீல வானம். ஒரு பக்க இருட்டை நோக்கிப் பறந்து மறையும் இரண்டு காகங்கள். சில வௌவால்கள் வானத்தில் அஸ்தமனத்திற்கு எதிராக இருண்ட சிறகுகள் விரித்து ஒரு மயக்கநிலையில் பறந்து செல்கின்றன. சிவந்த வெட்டப்பட்ட கற்கள் துருத்தி நிற்கும் பாசி படிந்த பழைய சுவருக்கு மேலே இவ்வளவையும் பார்க்கலாம்.

மூத்திர வாடை. அழுகிய ஆட்டின் குடல்கள். ஒழுகிச் செல்லும் அழுக்கு நீர். காய்ந்து வரண்ட ரோட்டில் அழுகிய குதிரைச் சாணம். சுற்றிலும் கருங்கடல் போல அதிகரிக்கும் இருட்டு.

மறுபக்கமிருந்த பெரிய ரோட்டிலிருந்து வெளிச்சத்தின், ஓசைகளின் வேர்கள் வெடித்துப் படர்ந்து கொண்டிருந்தன.

பேலம்மா நிழல் நோக்கி நகர்ந்து உட்கார்ந்து கால்களைத் தெருவைப் பார்த்து நீட்டி வைத்தாள். புடவையை நன்றாகத் தூக்கிவிட்டுத் தன் தடித்தகால்களைச் சொரிந்தாள். சொரிந்துகொண்டே முட்டிகளுக்குள் தலைசாய்த்து குனிந்து அமர்ந்தாள். சிவந்த நகரப் பேருந்துகளின் இரைச்சல்களைக் கேட்டபடி, உள்ளேயிருந்த வெளிச்சத்தில் தளர்ந்து வேர்த்த முகங்களுடன் அமர்ந்திருக்கும் பயணிகளை மனதில் கண்டாள். அவர்கள் எல்லோரும் ஒவ்வொரு கதவுகளைத் திறப்பார்கள். மணலினூடே ஒலியெழுப்பி நடப்பார்கள். திண்ணையில் அமர்ந்திருக்கும் குழந்தைகளை வாரி அணைப்பார்கள். மனைவியைப் பார்த்துச் சிரிப்பார்கள்.....

சுற்றி வட்டமிடும் மரச்சக்கரங்களில் குதிரை வண்டிக்காரன் சாட்டையை நீளமாக உரசினான். குதிரைகள் ஓடின. சைக்கிள்கள் நிற்காமல் ஒலித்தன. கார்களின் ஹாரன் முழங்கின. பேலம்மா கார் ஓட்டுபவர்களைப் பற்றியும், பின்னால் கண்ணாடி ஜன்னல்களுக்கருகில் சாய்ந்து இருப்பவர்களைப் பற்றியும்

யோசித்தாள்.

உள்ளே பார்த்து அழைத்தாள்.

"ஏ அம்மா!"

உள்ளேயிருந்து பாயை எடுத்து இழுத்து சுருட்டும் சத்தம் கேட்டது. பாத்திரங்களை உருட்டும் சத்தம். சில முணுமுணுப்புகள்.

பெட்ரோலின் மதி மயக்கும் வாசனை தெருவிற்கு வந்தது. குளிர்ந்த காற்றுடன் அந்த வாசனையையும் மூக்கால் இழுத்து இழுத்து ஏற்றினாள். பின்னால் சாய்த்து வைத்திருந்த கதவின் நீண்டதுளையின் வழியாக உள்ளே பார்த்தாள். "பிசாசே! கூப்பிடறது கேக்கலையா உனக்கு?" தனது கீச்சுக்குரலை இயன்றவரை அதிக பட்சமாக உயர்த்திக்கொண்டு அலறினாள்.

வெளுத்து போன தடித்தசுவரின் இடையிலிருந்த பனைமரக்கதவைத் திறந்து ஒரு கிழவி குனிந்து வெளியேறினாள். பாதி திறந்திருந்த கதவின்வழியாக, மங்கலான மண்ணெண்ணெய் விளக்கு, ஓர்அடுப்பு, சிறிது கரிபிடித்த பாத்திரங்கள் அருகிலேயே ஒரு சிறிய அறை அதில் கிழிந்து நார்நாராகி நிறம் மங்கிய ஒரு பழைய பாய் ஓரிரு பழையதுணிகள் இவற்றையெல்லாம் பார்க்க முடிந்தது.

கிழவி நாற்றமடிக்கும் போர்வையை நன்றாக இழுத்துப் போர்த்திக்கொண்டு தெருவிலறங்கி நடந்தாள். குனிந்து நடந்த அந்த உருவம் மசூதியின் மதில் ஓரமாக சாலைக்குச் செல்லும் வழியின் முனையில் போய் அமர்ந்தது. தொலைவிலிருந்த உடைந்த தெருவிளக்கின் மங்கலான, குறைந்த வெளிச்சத்தில், ஒரு நரைத்த கருங்கல்துண்டு போல, குவித்துவைத்த மணல்போல, அமர்ந்த அது சுற்றிலும் இருந்த இருட்டின் ஒரு பகுதியாக மாறியது. வயது முதிர்ந்த அந்த முகத்தில் கண்கள் ஒளிர்ந்தன. பிசாசுத்தனம் ... கெடுமதி ... அறியாமை ... கேலி,கிண்டல்... அந்த இருட்டு முகத்தை விழுங்கியது.

பேலம்மா ஒரு கல்லையெடுத்து அந்த உருவத்தை நோக்கி எறிந்தாள். சில கெட்ட வார்த்தைகளால் திட்டினாள்.

“இருட்டானது தெரிறலயா முண்டமே? சீக்கிரமாக வந்திருக்கக் கூடாதா?” கிழவியின் முகம் கருங்கல் போல உணர்ச்சியற்றதாக இருந்தது. சிறிது நேரம் பேலம்மாவை உற்றுப் பார்த்துக்கொண்டிருந்தாள். உதடுகளில் மெல்லிய புன்னகை அரும்பியது. கல் வீசப்பட்ட குளம்போல, சுருங்கிய முகத்தில் வெறுப்பும் ரோஷமும் குரூர ஆனந்தமும் மின்னி மறைந்தன. “ஹீ....ஹீ” என கிழவி சிரித்தாள்.

கிழவியின் உடலைப் பார்த்துக் காறித் துப்பிக்கொண்டே பேலம்மா கதவைத் திறந்து உள்ளே சென்றாள். முகக்கண்ணாடி ஒன்றின் உடைந்த பாகத்தை முன்னால் பிடித்தபடி மேலும் சிறிது பவுடர் பூசிக்கொண்டு கண்மையிட்டுச் சரிபார்த்துக் கொண்டாள். உதடுகளை நாக்கால் தடவிக்கொண்டு, சிறிது நேரம் கண்ணாடியையே பார்த்துக்கொண்டு நின்றாள். பிறகு மறுபடியும் வெளியே வந்தாள்.

வாசலுக்கு வந்து சுற்றிலும் கண்களைச் சுழற்றினாள். பார்த்துப் பழகிய காட்சிகளை மேலும் ஒருமுறை பார்க்கத் தோன்றவில்லை. இன்றைக்கு நிலைமை எப்படி என்பதை அறிவதற்காக மட்டுமே சுற்றிலும் இருந்த மண்குடிசைகளின் வாசல்களிலும் மூலைகளிலும் சந்துபொந்துகளிலுமெல்லாம் ஒதுங்கிநிற்கும் உருவங்களை உற்றுப் பார்த்தாள். அனைவரும் காத்துக்கொண்டே இருப்பதால் மனதில் நிம்மதி தோன்றியது.

“வேகம் போ, யாரையாவது கண்டு பிடி” கிழவியிடம் சொன்னாள்.

சிறிது தொலைவில் மங்கிய வெளிச்சத்தில் சுவரோடு சேர்ந்து நின்றிருந்த ஒரு பெண், இப்போது தெருவின் நடுவில் இறங்கி வந்தாள். இரண்டு கையையும் முன்னால் பிடித்தபடி இயலாமை நிறைந்த முகத்துடன் வட்டமிட்டபடி அவள் நின்றாள். கிழவியின் பல்லில்லாத வாய் அவளைப் பார்த்து கெட்டவார்த்தைகளும் சாபங்களும் பொழிந்தன.

பேலம்மா கால்களைச் சொறிந்தபடி மங்கலான செளிச்சத்தில் தன் புண்களைக் குனிந்து பார்த்தாள். நாசம்! இதைப் பார்த்தால் வருபவனுடைய உயிரே போயிடும். நாளக்கி வைத்தியனைப்

பாக்கணும். வேதனை தோன்றவில்லை. எதுவுமே தோன்றவில்லை. மனதில் ஒரு நடுக்கம் பரந்து நின்றது. வழியில் நின்ற பெண்ணையே சிறிதுநேரம் உற்று பார்த்தபடி இருந்தாள். மனதின் நடுக்கத்திற்கு எதிராக நினைவுகளின் நிழல்கள் ஆடின.

பேலம்மா, தன் வழியின் நடுவே அப்படி வட்டமடித்த நாட்களைப் பற்றி நினைத்தாள். கடந்த காலம் அவள் மனதை வருடியது. புரிந்து கொள்ளமுடியாத விஷயங்களோடு, மகிழ்ச்சி நிறைந்த ஒரு மனதோடு, ஒரு இருண்ட அறையில் படுத்தபடி அடுத்த அறையின் புரிந்து கொள்ள முடியாத சப்தங்களைக் கேட்டுக்கொண்டிருந்த ஒரு காலம். அற்புதம் நிறைந்த கண்கள் கண்ட காட்சிகள். அறிந்து கொள்ளும் ஆவல், ஆச்சரியம் தொடரும் வருடங்கள். செழித்து வரும் உடற்பாகங்கள். மெல்லமெல்ல மனம் உணர்வது. தெருவில் காத்துநிற்றல். புண்கள். மீண்டும் காத்திருப்பு...

பேலம்மாவின் தலை உறக்கத்தில் ஆடியது. புன்சிரிப்புடன் கூடிய ஆயிரம் கிழவிகள் வரிசையாய் நிற்கும் தெருவழியே புல் வேயப்பட்ட ஒரு குதிரை வண்டியில் பேலம்மா கம்பீரமாகச் சென்றாள். இருளடைந்த ஒரு அறையில், நடுங்கும் கைகள் அவள்மீது படர்ந்தன. திரும்பி வரும்போது தெரு முழுவதும் மெல்லிய வறண்ட கைகள் ஆவலோடு நீண்டன.

"பணம் எங்கே?"

"இல்ல....இல்ல....இல்ல" உரக்க அலறியபடி பேலம்மா ஓடினாள்.

பட்டென கண்ணைத் திறந்து பார்த்தாள். கிழவி என்ன செய்கிறாள்? மூலையில் அமர்ந்திருந்த அந்த உருவம் குனிந்தபடி முணுமுணுத்தது. "வா....வா...." சிலர் திரும்பிப் பார்த்துவிட்டுச் சென்றனர். சிலர் சிறிது நேரம் சுற்றித்திரிவது போல நின்று விட்டு, திடீரென்று நடந்து சென்றனர். அவசரமாகப் போகும் சேட்டுகள், பெரிய தலைப்பாகையைக் கையில் வைத்தபடி அசைந்தாடிச் செல்லும் குஜராத்திகள், மிக மோசமான உள்ளூர்க்காரர்கள்.

பேலம்மா வழியில் நின்ற பெண்ணை அருகே அழைத்தாள்.

"யம்மாடி, வீட்டுக்குப் போ!"

அவள் முறைத்துப் பார்த்தாள்.

"கொஞ்ச நேரம் கழிச்சு வா. இதோ பாரு." சேலையைத் தூக்கிக் காலின் புண்களைக் காண்பித்தாள்.

வெறுப்போடு அவள் திரும்பி நின்று கொண்டாள். பேலம்மா பார்த்துக் கொண்டிருந்தாள். ஓரிரண்டு குறும்புக்கார இளவட்டங்கள் அவளுடைய தேகத்தில் உரசிப் பார்த்தனர். அவர்கள் பொருளற்ற ஒரு ஒலியை எழுப்பிக்கொண்டு, தங்கள் அதிசயப்புன்னகையை மாற்றாமல், நின்ற இடத்திலேயே நின்றிருந்தனர். பேலம்மா அவர்களில் ஒருவனை கைநீட்டி அழைத்தாள். ஒருமுறை திரும்பிப் பார்த்துவிட்டு, அவர்கள் மறுகணமே அந்தப் பக்கம் இருந்த ரோட்டில் இறங்கி மறைந்தனர். பேலம்மா சிரித்தாள்.

சில மாணவர்கள் சைக்கிள்களை நகர்த்தியபடி வந்தனர். அவர்கள் சன்னமான குரலில் பேசியபடி, சுற்றிலும் அர்த்தபுஷ்டியோடு பார்த்தபடி நடந்து வந்தனர். யாரும் அவர்களை அழைக்கமாட்டார்களே என்று பேலம்மா நினைத்தாள். அவர்கள் நெருங்கி வந்தபோது, பேலம்மா எழுந்து நின்று, தலைசாய்த்து, அறையை நோக்கி சமிக்ஞை செய்தாள். அவர்கள் கைகொட்டிச் சிரிப்பார்கள் என்று நினைத்தாள். இல்லை. திடீரெனப் பேச்சை நிறுத்தி, கம்பீரமான முகபாவங்களுடன் ஓட்டமும் நடையுமாக அவர்கள் மறைந்து போனார்கள்.

இப்போது ஒருவன் அந்தப் பெண்ணிடம் எதையோ சொன்னான். அவள் வெட்கப்படுவது போல நடித்தாள். பிறகு வழிகாட்டியபடி இருளடைந்த ஒரு மூலைக்குச் சென்றாள். பேலம்மா நினைத்தாள். அந்தப் பெண்ணின் ஒவ்வொரு அசைவும், ஒவ்வொரு வெளிப்பாடும் ஒவ்வொரு எண்ணமும் எவ்வளவு பரிச்சயமானவை எனக்கு. அந்தப் பெண்ணாகவே நான் நின்று கொண்டிருப்பதாகத் தோன்றுகிறது.

ஒரு மூலையில், கடையில், ராந்தல் விளக்கின் வெளிச்சத்தில் தொங்கிக் கிடந்த, காற்றிலாடும் மாமிசத் தொடைகளைப் பார்த்தபோது கொஞ்சம் ஆசையாக இருந்தது. ஆசை அதிகரித்தது. கறி தின்ன அந்தக்காசு கிடைக்கட்டும். தலைமுடியை ஒதுக்கி, கால்களை மேலும் சிறிது வெளியே காட்டியபடி ஓரமாக உட்கார்ந்தாள்.

கிழவியிடம் மெல்லிய குரலில் ஒருவன் எதையோ கேட்பதைக் கண்ட பேலம்மா, தன் சிந்தையிலிருந்து விடுபட்டாள். எந்திரத்தனமாக எழுந்து அவர்களுக்கருகில் நடந்தாள். கிழவி சமிக்ஞை செய்தாள். "அதேதான்" பேலம்மா சிறிது நின்றபடி முணுமுணுத்தாள். "மெல்ல உள்ளே வா" அவன் சுற்றிலும் பார்த்தான். ரகசியமாகக் கேட்டான். "எவ்வளவு?"

"வா, வா உள்ளே வா"

"எவ்வளவு?"

"அஞ்சு ரூபா குடு"

"வேண்டாம். நான் போறேன்"

"கையில இருக்கறதக் குடு"

"வேண்டாம். வேண்டாம்". அவனுடைய கண்களில் பதற்றம் கூடியது. முகத்தில் பயரேகை படர்ந்தது.

"ஒரு ரூபா குடு.... இல்லை எட்டணாவாவது..."

அவனுக்கு பக்கத்தில் சென்று அவனுடைய கைகளைத் தொட்டபடி, கண்களையுயர்த்தி முகத்தைப் பார்த்தபடி, "வா" என்றாள்.

மனதின் நடுக்கம் உருகி, உடல் முழுதும் ஏதோ பரவுவது போலத் தோன்றியது. உடல் எதையோ எதிர்பார்த்தது. பழைய எதிர்பார்ப்புகள், புல்லரிப்புகள்... எல்லாம் மறந்து போவது போலத் தோன்றியது. உடனே, மங்கலான வெளிச்சத்தில் தொங்கியபடி ஆடும் இறைச்சித்துண்டுகள். கிழவியின் பளபளக்கும் கண்களின் ஆவல். உடலும் மனதும்

பனிக்கட்டிகளாக மாறின. அந்த மனிதன் ஏதோ சோம்பல் தோன்றியதுபோல நடந்து மறைந்தான். தலையை உயர்த்தியபடி, உதறும் கால்களுடன் வறண்ட உதடுகளுடன் அவன் வேகமாக நடந்து போனான். அந்தப் பக்கத்து வெளிச்சத்தினூடே கிழவி அவனை நோக்கி வசவுகளைப் பொழிந்தாள். அவன் ரோட்டின் ஒளிவெள்ளத்திலும் ஜனக்கூட்டத்திலும் கரைந்து போனான்.

திரும்ப வந்து அமர்ந்தபோது, இருட்டினூடே ஒரு கோரமான உருவம் கையிலிருந்த சாட்டையைச் சுழற்றியபடி அருகில் வந்தது. குதிரை வண்டிக்காரன். அவன் பணத்தைப் பற்றிக் கேட்டான்.

"போ.... இப்ப இல்ல".

'பரவாயில்லை. வேற ஏதாவது குடேன்' என்ற முகபாவத்தோடு அவன் புன்னகைத்தான். கறைபடிந்த பற்களும் கண்களும் இருளில் கேலியாகச் சிரித்தன. அவன் அருகில் வந்து அவளுடைய தோளைத் தொட்டான். பேலம்மாவுக்கு வெறுப்பால் வாந்தி வருவது போலத் தோன்றியது. சகிக்கமுடியாத சங்கடமும், கோபமும் இணைந்து வந்தன. திட்டிக்கொண்டே தாவியெழுந்து குதிரை வண்டிக்காரனின் முகத்தில் காறித் துப்பினாள். அலறியபடி அவனுடைய முகத்தைக் கீறினான். கையிலிருந்த சாட்டையால் அவன் தடுக்கப் பார்த்தான். பேலம்மா, சாட்டையைப் பிடித்திழுத்து அடித்தாள். முகத்திலும் முதுகிலும் கால்களிலும் என எல்லா இடங்களிலும் அடித்தாள். வசவுகளைப் பொழிந்தாள். கண்ணீர் விட்டாள். கதவுகளும் ஜன்னல்களும் அவசரமாகத் திறக்கப்பட்டன. தலைகள் நீண்டன. ஆவல் பூண்ட கால்கள் அவசரமாகத் தெருவில் நடந்து வந்தன. ஆட்கள் சுற்றிலும் கூடினர். வண்டிக்காரன் சாட்டையைப் பிடுங்கிக்கொண்டு ஓடினான். ஒரு போலீஸ்காரன் அவர்களை நோக்கி வந்தான்.

"என்னம்மா?" அவன் அலறினான்.

பேலம்மா உள்ளே சென்று நாலணா எடுத்து வந்து அவன் கையில் வைத்தாள். அவன் அடுத்த தெருவை நோக்கி நகர்ந்து சென்றான். அடுத்த தெருவிலிருந்து இந்தத் தெருவிற்கு நெளிந்து

வரும் புழுக்கள் இவர்களென்று நினைத்தாள். மறுபடியும் காத்திருந்தாள்.... இருந்தாள்.... கால்கள் குழைந்தன. தலை சூடேறி சோம்பல் மிகுந்தது. அப்போது ஒருவன் அவளுடைய தோளைத் தொட்டான். நிசப்தமாக அவனுடைய முகத்தைப் பார்த்தாள். கதவைத்திறந்து உள்ளே சென்றாள். அவன் பின் தொடர்ந்தான். கதவை அடைக்க முற்பட்டபோது கிழவியின் சப்தம் உரக்கக் கேட்டது. தெருவில் ஓடும் கால்களின் சத்தம்... அவன் அசைவில்லாமல் வாசலைப் பார்த்தபடி நின்றான். கதவைத் திறந்துகொண்டு ஒரு பெண் உள்ளே ஓடிவந்தாள். பேலம்மா திகைத்து நின்றாள். அந்தப் பெண் இருவருடைய கண்களையும் மாற்றி மாற்றிப் பார்த்தபடி திடுக்கிட்டு நின்றாள். பேலம்மாவிற்குப் புரிந்தது...அவள் அவனுடைய மனைவி. மனைவியின் கண்களில் கண்ணீர் வழிந்தது. பேலம்மாவின் மனசில் காட்சிகள் கடந்து போயின....திறக்கும் கதவுகள் ... புன்னகைக்கும் குழந்தைகள் ... மலர்ந்த முகங்களுடன் காப்பிக் கோப்பைகள் நீட்டும் மனைவிகள்.

கண்களை மூடி, தலை குலுக்கியபடி அந்தப் பெண் தரையில் அமர்ந்தாள். பேலம்மா அசையாமல் நின்றாள். அவன் மெதுவாக அருகில் வந்து தன் மனைவியின் தோள்களில் கைவைத்து எழுப்பி நிற்க வைத்து கண்ணீரைத் துடைத்துவிட்டான். அவள் பர்ஸைத் திறந்து, ஒரு பத்துரூபாயை எடுத்து பேலம்மாவிடம் நீட்டினாள். அதையே சிறிது நேரம் உற்றுப் பார்த்துக்கொண்டு நின்ற பேலம்மா கைகளால் தட்டிவிட்டாள். தரையிலமர்ந்து கைகளால் கண்களைப் பொத்தித் தேம்பித்தேம்பி அழுதாள். அவர்கள் வெளியே சென்றார்கள்.

பேலம்மா கதறி அழுதபடி தரையில் உருண்டாள். வெளிவாசல் கதவருகில் கூனிக்குறுகி அமர்ந்தாள். பாதி உறக்கத்தில் கிழவி தனக்குள்ளே சொல்லிக் கொண்டாள்: "வா....வா...."

யாருக்குத் தெரியும்?

ஏரோது ராஜாவின் நாட்களில் யுதேயாவிலுள்ள பெத்லகேமில் இயேசு பிறந்தபோது, கிழக்கிலிருந்து சாஸ்திரிகள் எருசலோமிற்கு வந்து, 'யூதருக்கு ராஜாவாக பிறந்திருக்கிறவர் எங்கே? என்று கேட்டனர். ஏரோது ராஜா இதைக் கேட்டபோது, அவனும் அவனோடு கூட எருசலேம் நகரத்தார் அனைவரும் கலங்கினார்கள்.

மத்தேயு (2:24)

கர்த்தருடைய தூதன் யோசேப்பின் சொப்பனத்தில் தோன்றி "ஏரோது பிள்ளையைக் கொலை செய்யத் தேடுவான். ஆதலால் நீ எழுந்து பிள்ளையையும் அதன் தாயையும் கூட்டிக் கொண்டு எகிப்துக்கு ஓடிப்போய் நான் உனக்குச் சொல்லும்வரைக்கும் அங்கேயே இரு" என்றான்.

மத்தேயு (2:13)

ஏரோது மிகுந்த கோபமடைந்து, ஆட்களை அனுப்பி, பெத்லகேமிலும் அதன் சகல எல்லைகளிலும் இருந்த இரண்டு வயதுக்குட்பட்ட எல்லா ஆண்பிள்ளைகளையும் கொலை செய்தான்.

மத்தேயு (2:16)

படைவீரன் கதவைத் தள்ளித் திறந்து கொண்டு உள்ளே வந்தான். அவன் தளர்வுற்றிருந்தான்.

தள்ளாடும் கால்களுடன் மெத்தையில் வீழ்ந்த அவன் கண்மூடிக் கிடந்தான்.

உள்ளறையில் ஒரு கதவு கொஞ்சமாகத் திறந்தது. பின்னர் அடைத்துக் கொண்டது. யாரோ தாழிட்டனர்.

படைவீரனின் செருப்பில் காய்ந்த இரத்தத்தின் ஊடாக ஈக்கள் அலைந்தன. ஏதோ மூலையிலிருந்து ஒரு குளவி நிறுத்தாமல் ரீங்காரமிட்டுக் கொண்டிருந்தது. முற்றத்தில் கோழிகள் வெயில் வேண்டிக் கூவின. தொலைவிலிருந்து கூக்குரல்களின் மெல்லிய சப்தங்கள் திறந்து கிடந்த ஜன்னல்களின் வழியாக அசரீரியாகக் கடந்து வந்தன. சிறிது நேரத்தில் கோழிகள் எங்கேயோ சென்றுவிட்டன. குளவி நிசப்தமானது. படைவீரனின் படுக்கையை தூரத்திலிருந்து வந்த மெல்லிய ராகம் மட்டும் ஒரு வலையைப் போல வளைத்துக் கொண்டது.

படைவீரன் விழித்த பொழுது, வெயில் மிகவும் தாழ்ந்திருந்தது. அவன் எழுந்து அமர்ந்தான். தன் கைகளையும் ஆடைகளையும் பார்த்துக் கொண்டே, 'நான் குளிக்க வேண்டும்' என்றான்.

விபச்சார விடுதியின் தலைவி உள்ளே வந்து, வென்னீர் வைக்கிறேன். என்ன சுகந்த திரவியம் வேண்டும்?' எனக் கேட்டாள்.

படைவீரன் தலையை இரண்டு கைகளாலும் தாங்கிக் குனிந்து கொண்டே, 'ஏதாவது' என்றதோடு, இரத்தவாடை அவ்வளவு சீக்கிரம் போகாது' என்று முணுமுணுக்கவும் செய்தான்.

விபச்சார விடுதியின் தலைவி உயரமானவளாகவும், அழகின் நிழல்கள் இன்னும் மறையாத ஐம்பது வயதுடையவளாகவும் இருந்தாள். அவளின் சலனமற்ற முகத்தில் ஏதோ ஒரு உணர்வு தோன்றி, அவன் தலையை உயர்த்தியபோது அது மறைந்தது. அவள், 'முக்கியமாகக் குழந்தைகளின் இரத்தத்தினுடையது' என்றாள்.

படைவீரன் தன் கையைப் பார்த்துக் கொண்டிருந்தான்.

'நீங்கள் எந்தத் தெருவில் இருந்தீர்கள்?' அவள் வினவினாள்.

படைவீரன் எதுவும் சொல்லவில்லை.

தலைவி அழுத்தமாக நடந்து வந்து படைவீரனின் முன் ஓர் இருக்கையில் அமர்ந்தாள். 'நீங்கள் கொன்ற குழந்தைகளுக்கு, அவர்களைக் கொல்லப் போவது முன்பே தெரியுமா?' எனக் கேட்டாள்.

படைவீரன் எதிர்புறமிருந்த சுவரைப் பார்த்துக் கொண்டிருந்தான். அவள் அவனையே பார்த்தபடி பதிலுக்காகக் காத்திருந்தாள்.

'நான் குளிக்க வேண்டும்' என்றான் அவன்.

அவள் அவனையே பார்த்துக் கொண்டிருந்தாள்.

'எனக்குத் தெரியாது. குழந்தைகளுக்கு மரணமுண்டா? அவர்களுக்கு மரணத்தைப் பற்றிச் சிந்திக்கத் தெரியுமா?' என்றான்.

அவள் ஒன்றும் சொல்லவில்லை.

'நான் கேட்டதெல்லாம் அம்மாக்களின் அழுகுரல்கள்தான்.'

தலைவி எழுந்து உள்ளே சென்றாள்.

படைவீரன் தன் இடுப்பு உறையிலிருந்து இரத்தம் உறைந்திருக்கும் வாளை உருவி நிலத்தில் வைத்தான். அரைக்கச்சையை அவிழ்த்து அதற்கு அருகில் வைத்தான். கைகளிலிருந்த உலர்ந்த இரத்தத்தை நகத்தால் சுரண்டிக் கொண்டிருந்தான்.

தலைவி திரும்பி வந்து மீண்டும் அவன் முன்னால் அமர்ந்தாள். 'தண்ணீர் சூடுபண்ண வைத்திருக்கிறது' என்றவள் அவன் முன்பாகக் குனிந்து கேட்டாள், 'நீங்கள் எத்தனை குழந்தைகளைக் கொன்றீர்கள்?'

படைவீரன் ஒன்றும் சொல்லவில்லை.

மெதுவாகச் சிரித்துக்கொண்டே அவள் சொன்னாள், 'நீங்கள் ஒரு நல்ல படைவீரன்தான். பல நூறு குழந்தைகளைக் கொல்லுவதற்கும், அதே அளவு படைவீரர்களைக் கொல்லுவதற்கும் இடையில் ஏதாவது வித்தியாசம் இருக்கிறதா?'

படைவீரன் ஒன்றும் பேசவில்லை.

'குழந்தைகளோடு உங்களுக்கு யுத்தமில்லை, அல்லவா? அதுதானே பிரச்னை?'

படைவீரன் சொன்னான், 'படைவீரர்களுக்கு யாருடன்தான் யுத்தம்?'

தலைவி நிலத்திலிருந்த வாளைப் பார்த்துக் கொண்டே, 'யாருடன்தான் இந்த வாள் யுத்தம் செய்கிறது?' என்றாள்.

இருந்த இடத்திலிருந்து முன்னால் சாய்ந்து தலையை அவனுக்கு மிக அருகில் நெருங்கி, குரல் தாழ்த்தி, 'ஏரோதின் பகைவர்கள் யார்? இப்போது பிறந்திருப்பது யார்? ஏரோது எதற்காக ஒரு குழந்தையைப் பார்த்துப் பயப்படுகிறான்?' என்றாள்.

'உனக்கு இன்னும் தெரியாதா?'

'இல்லை'

'யூதர்களின் அரசன் இங்கே பெத்லகேமில் பிறந்திருப்பதாக அவனைத் தேடி வந்த ஞானிகள் ஏரோதிடம் சொன்னார்கள். ஏரோது பயந்து போனான். ஞானிகள் குழந்தையை ரகசியமாகப் பார்த்து வணங்கிச் சென்று விட்டனர். அந்தக் குழந்தையைத்தான் நாங்கள் தேடிக் கொண்டிருக்கிறோம். அவனைத்தான் நாங்கள் கொல்கிறோம்.'

அவன் தன் இரு கைகளையும் சேர்த்து அழுத்தி அவற்றைப் பார்த்துக் கொண்டே, 'யாருக்குத் தெரியும். ஒருவேளை, என்னுடைய இந்தக் கைகளில் தொங்கிக் கிடந்து யூதர்களின் ரட்சகன் இன்று இறந்திருக்கலாம்?' என்றான்.

'ஆமாம், யாருக்குத் தெரியும்' என்றாள் அவள்.

படைவீரன் முன்னால் வந்து அவளுடைய முகத்தைப்பார்த்துக் கொண்டே, 'இத்தனை ஆயிரம் குழந்தைகளுடைய குருதியினூடேதான் ஒரு ரட்சகன் வருகிறானா?' என்றான்.

அவள் ஒன்றும் சொல்லவில்லை.

அவன் தலையைக் கைகளுக்குள் கொண்டு வந்து விரல்களால் கண்களையும் முகத்தையும் அழுத்திக் கொண்டு கேட்டான்.

'உனக்கிது புரியப் போவதில்லை. உனக்குக் குழந்தைகளில்லையே. நான் கொன்ற குழந்தைகளுடைய முகத்தின் பீதியை நீ பார்க்கவில்லையே'

ரொம்ப நேரம் இருவரும் ஒன்றும் சொல்லவில்லை.

பிறகு, 'பாவம்' என்றாள் தலைவி.

படைவீரன் ஒரு நடுக்கத்துடன், ஆசையுடன் அவளுடைய முகத்தை உற்றுப்பார்த்துக் கொண்டே கேட்டான்.

'யார்? யார் பாவம்?'

'அந்தக் குழந்தை. யூதர்களுக்காக வரப்போகும் ராஜா. யார் இது போன்ற விதிகளை உண்டாக்குவது? நான் வேசியானதும் அவனின் வருகை குழந்தைகளின் இரத்தத்தின் மீதுதான் என்றானதும் ஒரே விதியின்பாற்பட்டதா?'

சிறிது நேரம் கடந்ததும் அவள் சொன்னாள்.

'ஒரு ரட்சகன் மகிமையோடு தானே வரவேண்டும்? அந்தக் குழந்தை இந்தக் குருதிச் சிதறல்களுக்கெல்லாம் பதில் சொல்ல வேண்டாமா? அவன் எப்படி இந்தக் கடனை அடைப்பான்?'

'அவன் தப்பித்துக் கொண்டால்தானே?'

இருவரும் அமைதியானார்கள்.

'யாருக்குத் தெரியும்?' படைவீரன் மீண்டும் தொடர்ந்தான்.

இரண்டாம் குடியேற்றம்

'அவனை அடையாளம் கண்டிருந்தேன் என்றால் ஒருவேளை நான் அவனைக் கொல்லாமல் இருந்திருப்பேன்.'

'ஆனால் அவனை நீங்கள் அடையாளம் கண்டிருந்தீரெனில், நீங்கள் முதலில் கொன்றது அவனையாயிருந்தால், மற்றக் குழந்தைகள் சாக நேர்த்திருக்காது'

'ஆனால், அப்போது ரட்சகனின் வரவு நடந்திருக்காது. இனியாவது, வாய்ப்பாவது இருக்கிறது இல்லையா?'

'சரிதான்'

அவள் கைநீட்டி அவனுடைய கால்முட்டியைத் தொட்டுக்கொண்டு, 'நமக்கு ரட்சகர்கள் வேண்டும். குருதியிலிருந்து புகழுடன் அவர்கள் வரட்டும். படைவீரனுக்கும், வேசிக்கும் ரட்சகர்கள் வேண்டும்.'

'ஆமாம். தண்ணீர் இன்னும் சூடாகவில்லையா?'

உள்ளே தாழிட்ட அறையிலிருந்து ஒரு குழந்தையின் அழுகைச் சத்தம் கேட்டது. அதை யாரோ அடக்கினார்கள். படைவீரனின் முகத்தில் ஒரு தளர்வான புன்னகை நிழலிட்டது.

'விபச்சார விடுதியில் யாரும் ரட்சகனைத் தேடி வரவில்லையா? எந்தப் பெண்ணுடையது இந்தக் குழந்தை? ஆண் குழந்தையா? இதுவரை பிச்சைக்காரர்களுக்கு விற்கப்படவில்லையா?'

தலைவி பாவனையேதுமற்ற முகத்தோடு சொன்னாள்.

'அது என் பூனை பெற்றது. மனிதக் குழந்தையின் அழுகை போலவேதான் தோன்றுகிறது, அல்லவா?'

படைவீரன் புன்னகைத்தபடியே, 'நீ பொய் சொல்லிவருத்தப்பட வேண்டாம். அது யூதர்களின் ரட்சகரென்றால் எனக்கென்ன? குளிக்க வந்தவன்தானே நான். வேலை முடிந்து ஓய்வெடுக்க வந்தவன். தண்ணீர் சூடாகி விட்டதா?'

பால் சக்கரியா

என்றபடி செருப்புகளை அவிழ்த்து அவற்றை நீக்கி வைத்தான். விபச்சார விடுதியின் தலைவி சலனமற்ற முகத்தை மேலும் சலனமற்றதாக்கினாள். ஒரு விரைத்த புன்முறுவலை இதழ்களில் வரவழைத்துக் கொண்டு, 'குளித்து முடித்தவுடன் நான் என்னிடம் உள்ள புதியவள் ஒருத்தியை உங்களுக்காக அனுப்பி வைக்கட்டுமா?' என்றாள்.

'வேண்டாம். நீ எனக்குக் குளிக்க வென்னீர் கொடு. இரத்த வாடையற்ற ஒரு ஆடையைக் கொடு. அது போதும்' என்றவன், 'குளிக்கணும்' என முணுமுணுத்தான்.

படைவீரன் இரத்தக்கறை படிந்த தன் அங்கியை அவிழ்த்துக் கீழே போட்டான். குளியலறையிலிருந்து பாத்திரங்கள் உருள்வதும், தண்ணீர் ஊற்றுவதுமான ஓசைகள் கேட்டன. அவன் குளியலறையை நோக்கிச் சென்றான். அவனுடைய துணிகளையும், பாத அணிகளையும், அவன் படுத்துறங்கிய படுக்கைவிரிப்பையும் ஒரு வேலைக்காரி அருவெறுப்புடன் இழுத்துக்கொண்டு போனாள்.

நடுநிசி கடந்தபோது, படைவீரன் குறட்டை விட்டுத் தூங்கிக் கொண்டிருந்தான். உள்ளே ரகசிய உரையாடல்கள் நடந்தன.

ஒரு கதவு மெல்லத் திறந்தது. இருட்டினூடாக இரண்டு பெண்களும் ஓர் ஆணும் படைவீரனின் படுக்கையைக் கடந்து சென்றார்கள். ஒரு பெண் தன் நெஞ்சோடு எதையோ சேர்த்து அணைத்திருந்தாள். அவர்கள் கதவைத் திறந்து, நட்சத்திர ஒளிவீசும் தெருவிற்கு வந்தார்கள். அங்கே ஒரு கோவேறு கழுதை காத்திருந்தது.

விபச்சார விடுதியின் தலைவி உடனிருந்த பெண்ணிடமிருந்து, அவள் நெஞ்சோடு சேர்த்தணைத்திருந்த குழந்தையை வாங்கினாள். அதன் முகத்தில் நட்சத்திர ஒளி விழும்படியாக இரண்டு கைகளாலும் உயர்த்தி முகத்தை உற்றுப் பார்த்துக்கொண்டு, 'பாவம், பாவம் ராஜா' என்றாள். குனிந்து குழந்தையின் நெற்றியிலும், தளிர் பாதங்களிலும் முத்தமிட்டாள். அந்தப் பெண் அதற்குள் கழுதைமேல் ஏறியிருந்தாள். தலைவி குழந்தையைப் பெண்ணின் கையில் திரும்பக் கொடுத்தாள்.

அவள் அதை மீண்டும் மார்போடு சேர்த்து அணைத்துக் கொண்டாள். வீட்டிலிருந்து மேலும் மூன்று நான்கு பெண்கள் இருட்டில் அமைதியாக வெளியே வந்தனர். ஆண், கழுதையின் மூக்கணாங் கயிற்றைப்பிடித்தான். கழுதை மீதமர்ந்திருந்த பெண் எல்லாரையும் பார்த்து, 'நன்றி. எங்களுக்கு அடைக்கலம் தந்தமைக்கு நன்றி. என் குழந்தையின் நன்றி. உங்களுக்கு ஒரு கைம்மாறும் செய்ய எங்களால் இப்போது முடியாது' என்றாள்.

'ஆமாம். உன் மகன் வளர்ந்து ராஜாவாகும்போது எங்களையும் காப்பாற்றச் சொல். நாங்கள் வேசிகள்தான். ஆனால், தாயின் சொல்லை அவன் அனுசரிப்பான்'

கோவேறு கழுதை நடக்கத் தொடங்கியிருந்தது.

விபச்சார விடுதியின் தலைவி முன்னால் ஓடிவந்தபடி சொன்னாள்,

'அந்தப்படை வீரனையும் காப்பாற்றச் சொல். உங்களுக்கு நல்லது நடக்கட்டும்'.

பக்கத்திலிருந்த வளைவு திரும்பி ஒரு குறுக்குப்பாதை வழியாக அந்த ஆணும் பெண்ணும் குழந்தையும் கோவேறுகழுதையுடன் இருட்டில் மறைந்தார்கள்.

வேசிகள் இருட்டினூடே படைவீரனைக் கடந்து உள்ளே செல்லும்போது, அவன் உறக்கத்தில் முணுமுணுத்துக் கொண்டிருந்தது தெளிவாய் கேட்டது.

"வென்னீர் தயாராகிவிட்டதா?"

தோணி

கிழக்கிலிருந்து அமைதியாக ஒழுகிக் கொண்டிருந்த ஒரு நதியின் கரையிலிருந்த கானகத்தின் இருளில் பூதங்களும் அதிசய ஜீவிகளும் வாழ்ந்து வந்தன. ஒருநாள் மாலையில் வெள்ளி உருக்கி ஊற்றியதுபோலப் பிரவகித்த நதியின் கரையில், தூக்கத்தில் நடக்கும் சுபாவமுள்ள ஒரு பூதம் அமர்ந்திருந்தது.

அது கிழக்கில் வெகுதூரத்தில் நதியின் நடுவே சலனப்படும் ஒரு புள்ளியைப் பார்த்தது. வெகு சீக்கிரமே அந்தப் புள்ளி இருண்டு ஆட்கள் முன்னும் பின்னும் அமர்ந்து துடுப்பிடும் ஒரு தோணியாக உருமாறியது. நதியின் ஓசையினூடே ஓர் அம்பின் முனைபோல் அசையும் ஒரு கோட்டை வரைந்து கொண்டு, ஒழுகும் திசைநோக்கி அதிவேகமாக நகர்ந்த தோணியிலிருந்து முன்னால் ஒரு பெண்ணும் பின்னால் ஓர் ஆணும் துடுப்பு போட்டுக் கொண்டிருந்தார்கள்.

பூதம் ஒரு மரத்தின் அடியிலிருந்த புல்தரையில் அமர்ந்திருந்திருந்தது. தோணியிலிருக்கும் மனிதர்கள் இளம் தம்பதிகளாகவோ அல்லது காதலர்களாகவோ இருக்கலாம் என்று எண்ணிக்கொண்டே, அவர்களின் தாளத்திற்கேற்ப அசைந்து கொண்டிருக்கும் உருவங்களை அது பார்த்துக் கொண்டிருந்தது. அவர்கள் காதலர்களாகத்தான் இருக்க வேண்டும் என்று நம்புவதற்கே அது விரும்பியது.

அவர்களின் பிரியத்தைக் குறித்தும், ஏக்கப் பெருமூச்சுகளைக்

குறித்தும் மிருதுவான சரீரஸ்பரிசங்களைக் குறித்தும் நினைத்து மகிழ்வுடன் பூதம் அவர்கள் அருகில் வருவதை எதிர்பார்த்துக் கொண்டிருந்தது. நகர்ந்து கொண்டிருக்கும் தோணியில் ஒரு சொர்க்கம் என்று அது தனக்குள்ளே சொல்லிக் கொண்டது.

அஸ்தமனத்தின் வண்ணங்கள் பூசிய நதிநீரில் துடுப்புகளின் மிருதுவான சப்தத்தினூடே தோணி நகர்ந்தபோது தன் கற்பனைக்குப் பங்கம் வரவில்லையென்பதையறிந்து பூதம் மகிழ்ச்சியால் புன்னகைத்தது.

முட்டிக்காலிட்டு அமர்ந்து தூரத்தில் உற்று நோக்கிக்கொண்டு துடுப்பிட்டுக் கொண்டிருந்த அந்த இளம்பெண் ஓர் அழகியாக இருந்தாள். அவளுடைய வயிறு கர்ப்பத்தால் பெரிதாகவும், பளபளப்பாகவும் காணப்பட்டது. கணவன் மூடிய கண்களுடன் மேல் பக்கத்தில் அமர்ந்து ஒருவித தாளலயத்தோடு துடுப்பிட்டான். பூதம் கண்ணிமைக்காமல் அவர்களைப் பார்த்துக் கொண்டிருந்தது. தோணி கீழே ஒரு வளைவு திரும்பிப் பார்வையிலிருந்து மறைந்தது.

அப்போது கணவன் கண்களைத் திறந்தான். அவன் தண்ணீரிலிருந்து துடுப்பை இழுத்தெடுத்து அதைத் தன் இரு கைகளாலும் தலைக்கு மேல் உயர்த்திக்கொண்டு முன்னே சாய்ந்து சக்தியோடு தன் முன்னால் அமர்ந்திருந்த கர்ப்பிணியின் தலையை அடித்துப் பிளந்தான். அவள் ஒரு விசும்பலுடன் படகை ஒரு பக்கத்திற்குச் சாய்த்துக்கொண்டு காய்ந்த ஒரு பூவினைப் போலப் பின்பக்கமாகப் படகிற்குள் விழுந்தாள். அவளுடைய சுருள்முடியை நனைத்தபடி நுரைத்துப் பொங்கிய ரத்தம், மூடிய கண் இரைப்பைகள் மீதும், கன்னங்களின் மீதும் கோடுகளாக உருவெடுத்தது.

கையிலிருந்து நழுவிய துடுப்பு அவளுடைய கர்ப்பத்தின் மீதே விழுந்து கிடந்தது. அவன் கவனமாக முட்டியிட்டு முன்னேறிச் சென்று அவளைத் தன் பலம்பொருந்திய கரங்களால் உயர்த்தி இருண்ட நீருக்குள் தள்ளிவிட்டான். ஒரு நிமிட நேரத்திற்கு அவளுடைய விரிந்து சிதறிய முடி, நதியின் மேற்பரப்பில் மிதந்தது. பின்னர் ஒரு இருண்ட ஜுவாலை போல் நீருக்குள் அமிழ்ந்து காணாமல் போனது. அவன் அதிவேகமாகத்

துடுப்பிட்டுக் கீழ்த்திசை நோக்கிச் சென்றான்.

பூதம் மரத்தின் பின்புறம் சாய்ந்தமர்ந்து, அவர்கள் தோணியைக் கரை சேர்த்துவிட்டு நதியின் குளிர்மையை அனுபவித்தவாறே, புல்வெளியில் ஆலிங்கனத்தில் கட்டுண்டவர்களாய் கனவு காணும் கண்களுடன் படுத்திருப்பார்கள் என நினைத்துச் சந்தோஷமடைந்தது. ஆனந்தத்திற்குச் சாட்சி நின்ற ஆனந்தத்துடன் அது மூடிய கண்களுடன் அங்கேயமர்ந்து மெதுவாக உறங்கியது.

ஒரு கிறிஸ்துமஸ் கதை

சித்தார்த்தனும் பத்ரோசும் அம்மிணி என்ற வேசியை ஒரு லாட்ஜ் அறைக்கு அழைத்துக் கொண்டு வந்தார்கள். பக்கத்து அறைக்காரரர்கள் அவளை அனுப்பியபோது சித்தார்த்தன் வராந்தாவில் அவளைப் பார்த்து அழைத்து வந்தான்.

'எனக்குப் பிராந்தியும், பிரியாணியும் வேணும்' என்று கேட்டவள், உடனே சித்தார்த்தனின் கட்டிலில் படுத்துப் போர்த்திக் கொண்டாள்.

சித்தார்த்தனும் பத்ரோசும் கொஞ்ச நேரம் அவளைப் பார்த்துக் கொண்டேயிருந்தார்கள். பத்ரோஸ் பிராந்தியும், பிரியாணியும் வாங்கப் போனபோது, சித்தார்த்தன் மெதுவாகப் போர்வையை விலக்கி அவளைப் பார்த்தான்.

பிராந்தி குடித்துவிட்டு பிரியாணியும் சாப்பிட்டு முடித்து, அவள் மீண்டும் கட்டிலில் ஏறிப் படுத்துப் போர்த்திக் கொண்டாள். பத்ரோசும் சித்தார்த்தனும் பிராந்தியின் போதையில் மெதுவாக தள்ளாடும் தலைகளுடன் அவளைப் பார்த்துக் கொண்டிருந்தார்கள். பத்ரோஸ் அவளைத் தொட்டு அழைத்தான். 'நீ தூங்கத்தான் இங்கே வந்தாயா? நாங்க இங்க இரண்டு பேர் இருக்கோம்'.

அம்மிணி சுவரைப் பார்த்துத் திரும்பிப் படுத்தாள். 'அவ நம்மள ஏமாத்திட்டாளே' என்றான் சித்தார்த்தன்.

'நான் யாரையும் இதுவரை ஏமாற்றியதில்லை. நான் நிம்மதியாத் தூங்கி ரெண்டு நாளுக்குமேல ஆச்சு. என் வேதனையும் துன்பமும் உங்களுக்குப் புரியாது. நான் மொதல்ல நல்லா தூங்கிக்கறேன்.'

'உனக்கு அவ்ளோ சோர்வா இருந்தால் நாங்களும் கொஞ்சம் தூங்கறோம்' என்றவாறே பத்ரோசும் சித்தார்த்தனும் அடுத்திருந்த கட்டிலில் படுத்துத் தூங்கினார்கள்.

மாலை மயங்கிய போதுதான் அவர்கள் விழித்தார்கள். அப்போது கட்டிலில் உட்கார்ந்து கொண்டே ஒரு பாட்டை முணுமுணுத்தவாறு அம்மிணி தலை வாரிக் கொண்டிருந்தாள்.

'நீ தூங்கி எழுந்துட்டியா? என்றான் பத்ரோஸ். சித்தார்த்தன் அவள் பாடுவதைக் கேட்டுக் கொண்டிருந்தான். 'ஒரு சந்தனக் கிண்ணமென ஓடிக் கொண்டிருக்கும் வெண்ணிலாவே' என்று அவள் பாடினாள். 'கை கூப்பிக் காத்திருக்கும் காட்டுப்பூவின் இதயம்' என்று அந்தப் பாட்டின் அடுத்த வரியை அவன் மனதிற்குள் பாடினான். அது அவனுடைய விருப்பமான பாடல்களுள் ஒன்றாக இருந்தது.

ஒருத்தன் வெளியே நாற்காலியில் அமர்ந்து தெருவைப் பார்த்துக் கொண்டிருக்க, அடுத்தவன் அம்மிணியைப் புணர்ந்தான். சித்தார்த்தன் எதன் காரணமாகவோ மிகவும் சங்கடமாக உணர்ந்தான்.

இரவானபோது பத்ரோஸ் மீண்டும் சென்று பிரியாணியும், பிராண்டியும் வாங்கி வந்தான். குடித்துவிட்டு சாப்பிட்டபின் அம்மிணி ஒரு நாற்காலியில் அமர்ந்து கட்டிலில் காலை நீட்டியவாறே சொன்னாள்: "எனக்குத் தூக்கம் வரவில்லை. என் வேதனைகளை நீங்களும் தெரிந்து கொள்ள வேண்டாமா? ஒரு வேசியின் வாழ்க்கையைப் பற்றி உங்களுக்குத் தெரியுமா? என்னையே எடுத்துக் கொள்ளுங்கள். எனக்குப் புருஷனும் இரண்டு குழந்தைகளும் இருக்கிறார்கள். அப்பா, அம்மா, சகோதரர்கள், அக்கா, தங்கைகள், மாமன்கள், அத்தைகள் எல்லோரும் இருக்கிறார்கள். நான் வேசி. இதன் அர்த்தம் என்ன? நான் எங்கிருந்தோ வந்து உங்கள் கட்டிலில் படுத்துக்

கொண்டிருக்கும்போது நீங்களும் கேட்க வேண்டாமா, இதன் பொருள் என்னவென்று? நான் வேசியாகாதிருந்தால் என்னவாக இருந்திருப்பேன்? எனக்கிது புரியவில்லை. நான் யார்? மனைவியா, மகளா, அம்மாவா, சகோதரியா, அண்ணியா, தங்கையா, காமுகியா, வேசியா?"

சித்தார்த்தன் அம்மணியின் பாதங்களில் தன் இரு கைகளையும் வைத்து அழுத்தியபடி 'நீ ரொம்ப பாவம். உன் பேர் என்ன?' என்றான்.

'இப்போது நீங்கள் எதற்காக என் பெயரை விசாரிக்கிறீர்கள்? என் பெயர் வேசி. என் வேலை வசீகரித்தால்' அம்மிணி தேம்பி அழத் தொடங்கினாள். 'இப்போதுதான் என் பெயரை விசாரிக்கத் தோன்றியதா? இவ்வளவு நேரமும் நீங்கள் யாருடன் பேசிக் கொண்டிருந்தீர்கள்? யாருடன் படுத்துக் கொண்டிருந்தீர்கள்?'

'மன்னித்துக் கொள். எங்களுக்கு உன்னைப் பிடிச்சிருக்கு. நீ விரும்புவதாயிருந்தால் இன்றும் நாளையும் இங்கேயே தங்கிக் கொள்ளலாம். நாங்கள் உன்னைத் தொந்தரவு செய்யமாட்டோம்' சித்தார்த்தனும் பத்ரோசும் சங்கடத்தோடு சொன்னார்கள்.

"அப்படியானால் முதலில் நீங்கள் என் கதையைக் கேளுங்கள். என் காதலன் என்னை விசாரித்து வருவதற்கு வாய்ப்பிருக்கிறது. என் கணவன் என்னைத் தேடிவர வாய்ப்பில்லை. நீங்கள் என்ன செய்வீர்கள்? நீங்கள் ஆச்சரியப் படாதிருக்க வேண்டுமெனில் என்னைப் பற்றிய விவரங்களைத் தெரிந்து கொள்ளுங்கள். என் புருஷன் சொல்லித்தான் நான் வேசியானேன். அவனுக்குக் குடிக்க நிறைய பணம் வேண்டியதிருந்தது. வேறொரு பெண்ணை வைத்துக் கொள்ளவும்தான் என்பது எனக்குப் பிறகுதான் தெரிந்தது. அவன் கூட்டிக்கொண்டு வருபவர்களுட னெல்லாம் நான் படுத்தேன். அவன் திண்ணையில் உட்கார்ந்து பீடி இழுத்துக் கொண்டிருப்பான். பிறகு பணத்தை எண்ணுவான். பிறகு என்னை அங்குமிங்குமாகத் தொட்டும் நுகர்ந்தும் பார்ப்பான். நள்ளிரவானாலும் நான் குளித்துவிட்டே என் குழந்தைகளுடன் சென்று படுத்துறங்குவேன்.

அவனை அப்போதும் நான் விரும்பினேன். எதனால் அது?

கணவன் என்றால் யார்? எதற்காக நான் அவனை விரும்பினேன்? அவன் எனக்குத் தந்த குழந்தைகளின் மீதான விருப்பம் அவன் மீதும் இருந்ததா? இல்லையென்றால் அவன் ஒரு காலத்தில் என்னை நிஜமாகவே நேசித்திருந்தான் என்று எனக்குத் தோன்றுவதாலா? அவன் பணத்தையெண்ணுவதும், நுகர்ந்து பார்ப்பதும் சகிக்க முடியாமல்போனபோது எனக்கு ஒரு காதலன் கிடைத்தான். ஒரு டிரைவர். அவன் மாலையில் எனக்கு பிராந்தியும், பிரியாணியும் கொண்டு வருவான். என் குழந்தை களுக்கு நல்ல உடைகளும், விளையாட்டுப் பொருட்களும் வாங்கி வருவான். குழந்தைகளைப் பள்ளிக்கூடத்திற்கு அனுப்பி வைத்தோம். லாரியில் அவனுக்குப் பக்கத்தில் என்னை உட்கார வைத்துக்கொண்டு எம்.ஸி. ரோடு வழியாகப் பாய்ந்து செல்வான். சினிமாவுக்கு அழைத்துச் செல்வான். என் வாழ்க்கையில் முதன்முதலாக எனக்கு முத்தம் கொடுத்தது அவன்தான். உங்களுக்குத் தெரியுமா?'' அம்மிணி குதித்தெழுந்துகொண்டு கேட்டாள், 'நான் இன்று முழுவதும் உங்களுடன் இருந்திருக்கிறேன். நீங்கள் யாராவது எனக்கொரு முத்தம் தந்தீர்களா? எனக்கு உதடுகள் இருக்கிறது என்பதாவது உங்களுக்கு நினைவிருந்ததா? எனக்கு முத்தங்கள் மிகவும் பிடிக்கும்.'

சித்தார்த்தனும் பத்ரோசும் குற்ற உணர்வுடன் சுவரைப் பார்த்து அமர்ந்தார்கள். 'எங்களையும் யாரும் இன்றுவரை முத்தமிட்டதில்லை. நாங்கள் இன்னும் கொஞ்சம் பிராந்தியும், பிரியாணியும் வாங்கி வருகிறோம். நீ எங்களை முத்தமிடுவாயா?' என்றான் சித்தார்த்தன்.

அம்மிணி வேகமாக நடந்து சென்று இருவருடைய நெற்றியிலும் முத்தமிட்டு விட்டு 'குழந்தைகளுக்கு இதுபோதும்' என்றாள்.

'நாங்கள் குழந்தைகளல்ல. நீ எங்களிடம் விளையாடாதே. அம்மா முத்தமிடுவது போலத்தான் நீ முத்தமிட்டாய்.'

'அப்போ நீங்க பொய் சொன்னீங்க' அம்மணி அவர்களின் பக்கத்தில் சென்று அவர்களுடைய முகங்களை சிறிது தடித்த

தன்னுடைய வயிற்றில் அழுத்தியவாறே சொன்னாள். 'உங்களின் அம்மாக்களாவது உங்களுக்கு முத்தம் தந்திருக்கிறார்கள் அல்லவா. நானும் உங்களின் அம்மாதான். உங்களுடைய குட்டித் தம்பியின் இதயத்துடிப்பு உங்களுக்கு கேட்கிறதா?'

அவர்கள் மிகுந்த சங்கடத்துடன் அம்மிணியின் கைகளிலிருந்து தங்களின் தலைகளை விடுவித்துக் கொண்டனர். அவளுடைய சேலைக்கும் ஜாக்கெட்டிற்கு மிடையில் தெரிந்த வயிற்றை சந்தேகத்துடன் பார்த்துக் கொண்டிருந்தனர். ஒரு இதயத்துடிப்பு கேட்பது போலத் தோன்றவும், அவர்களுடைய சங்கடம் மேலும் கூடியது.

'அவன் என் காதலனின் மகன். அவன் பெயர் சித்தார்த்தன்' என்றாள்.

சித்தார்த்தன் அதிர்ந்தான்.

'அது மகன்தான் என்று உனக்கெப்படித் தெரியும்?' என்றான் பத்ரோஸ்.

'அவன் என்னை உதைக்கிறான். என் வயிற்றில் துள்ளி விளையாடுகிறான். ஆண் குழந்தைகள்தான் அப்படிச் செய்வார்கள். நீங்கள் அவனுடைய இதயத்துடிப்பை இன்னும் ஒருமுறை கேட்க வேண்டாமா?' என்றாள்.

சித்தார்த்தனும் பத்ரோசும் கட்டிலிலிருந்து குதித்தெழுந்து கொண்டே, 'வேண்டாம். நீ எங்களை ஏமாற்றிவிட்டாய்' என்றனர்.

'நான் எப்படி உங்களை ஏமாற்றினேன்?'

'நீ கர்ப்பமாயிருக்கிறாய் என்று சொல்லவில்லையே?'

அம்மிணி உரக்கச் சிரித்துக்கொண்டே அவர்களின் அருகே சென்று இருவருடைய கன்னத்திலும் முத்தமிட்டாள்.

'நான் கர்ப்பமாயிருந்தாலும், இல்லையென்றாலும் உங்களுக்கென்ன? உங்களுக்கும் எனக்கும்தானே உடன்பாடு? என் மகனுடன் இல்லையே? அவன் உங்களை என்ன செய்தான்?'

அம்மிணி சந்தோஷத்தில் மின்னும் கண்களுடன் அவர்களின் கண்களைப் பார்த்தாள்.

'அறையில் வேறு யாரோ இருப்பதுபோல' என்றான் பத்ரோஸ்.

'நீ எதற்காக என் பெயரை அவனுக்கு வைத்தாய்?' என்றான் சித்தார்த்தன்.

அம்மிணி புன்னகைத்துக் கொண்டே கட்டிலில் ஏறிப்படுத்துப் போர்த்திக் கொண்டாள். அவள் சுவரைப் பார்த்தபடி சொன்னாள், 'என் மகனை நினைத்து பயமா? அவன் பாவம். என் சினேகிதனின் குழந்தைதான் அவன். நானும் அவனும் தூங்கிக் கொள்கிறோம்.'

சித்தார்த்தனும் பத்ரோசும் இரவின் மடியில் இறங்கிச் சென்றார்கள். ரொம்ப நேரம் கடற்கரையில் அமர்ந்து படகுகளின் வெளிச்சங்கள் கடலில் நிழலிடுவதைப் பார்த்தார்கள். தொலைவில் கப்பல்களின் ஆரவாரத்தைக் கேட்டார்கள். முன்னொரு நாள் ஒரு மகன் பிறந்த நினைவுமாக நடுநிசி மணிகள் ஒலித்த போது, பத்ரோஸ், 'சித்தார்த்தா' என்றான்.

'என்ன?'

'இன்று கிறிஸ்துமஸ்.'

'ஆமாம்' என்றான் சித்தார்த்தன்.

'சரிதான்'

பிறகு மேலே, இரவின் உயரங்களில் ஒரு பனிப்புகையின் படலம் போல் அலைந்த ஆகாயகங்கையின் ஒளிக்கீற்றை நோக்கித் தன் முகத்தை உயர்த்திக் கொண்டு சித்தார்த்தன் மெதுவாகப் பாடினான்.

"ஸ்ரீமகாதேவன் தன் ப்ரிய சிசுவின்
தோஷம் மறைய பாடுகிறான்..."

திரும்பிச் சென்று அம்மிணியின் தூக்கத்தைக் கலைக்காமல்

கதவு திறந்து, எந்தவொரு ஓசையும் எழுப்பாமல் தங்களின் கட்டிலில் திறந்த கண்களுடன் சிலைகளைப் போலப் படுத்தார்கள். காதில் கேட்பது தங்களுடைய இதயத்துடிப்பா அல்லது கருவறையிலிருந்த மகனுடையதா என்று அவர்களுக்குப் புரியவில்லை. இரவில் எப்போதோ அம்மணி உறக்கத்தில் உளறுவதைக் கேட்டு அவர்கள் திடுக்கிட்டார்கள். அம்மிணியின் மெல்லிய சுவாச அலைகள் அவர்களின் மீது பிரவகித்தது. 'தெய்வமே' என்றான் சித்தார்த்தன்.

'நீ என்ன சொன்னே?' என்றான் பத்ரோஸ்.

'ஒண்ணுமில்லை'

கடைசியில் அவர்களின் கட்டில் ஒரு தொட்டிலைப் போல பூமியின் சுழலும் தாளத்திற்கு இசைவாக கனவில்லாத தூக்கத்திற்குள் அவர்களை ஆழ்த்தியது.

அன்னம்மா டீச்சர்
-சில நினைவுக் குறிப்புகள்.

மிஸ். அன்னம்மா மத்தாயி என்கிற ஹைஸ்கூல் டீச்சர் ஒரு புனித வெள்ளியன்று ஒரு குளத்தின் அருகேயிருந்த அடர்ந்த காடுகளுக்கிடையில் இறந்து கிடந்தாள். இறந்த பிறகும் அன்னம்மா அழகுடனேயே இருந்தாள். புற்களின் மீது, துண்டு கட்டிக்கொண்டு, யாரோ தாங்கிப் படுக்கவைத்தது போல காணப்பட்ட தன் சுருண்ட முடியால் அலங்கரிக்கப்பட்ட அங்கும் இங்கும் ஒவ்வொரு சிவந்த பருக்கள் விரிந்திருந்த முகத்தில் அமைதி நிறைந்திருந்தது. அவளுடைய கால்விரல்களில் ஓய்வெடுத்துக் கொண்டிருந்த ஒரு தும்பியும் முடிச்சுருள்களுக்குள் ஏதோ மகரந்தத் தூளைத் தேடிக்கொண்டிருந்த ஒரு பட்டாம்பூச்சியும்தான் அவளுடைய பிணத்திற்கு நீண்ட நேரம் துணையாயிருந்தன. கருமேகங்களில் நீந்திக் கொண்டிருந்த ஒரு பருந்து அவளைப் பலமுறை அதிசயமாய்ப் பார்த்தது.

இறப்பதற்கு முன்பு அன்னம்மா டீச்சர் வீட்டிலிருந்த நான்கு ஆண்கள், மூன்று பெண்கள், ஆறு குழந்தைகளுடைய அனைத்து அழுக்குத்துணிகளையும் துவைத்துப் பிழிந்து காயப் போட்டிருந்தாள். இறப்பதற்கு முன்பே மூன்று தம்பிகள், மூன்று தங்கைகளின் படிப்பையும் திருமணத்தையும் நடத்தி முடித்திருந்தாள். எல்லா திருமணங்களிலும் அன்னம்மா தன்னை அலங்கரித்துக் கொண்டு மூத்த அக்காவாக நின்றாள். பெரிய அக்கா ஹைஸ்கூலில் டீச்சராக இருக்கிறாள் என்று ஒவ்வொரு சமயமும் எல்லோரும் பெருமையாகச் சொல்லிக் கொண்டார்கள்.

ஆண்கள் உயர்ந்த வரதட்சணைக்காக விலை பேசியபோது, குடும்பத்தின் வளமைக்கு முக்கியமான ஒரு உதாரணமாக அன்னம்மாவுடைய அப்பா மூன்று முறையும் ஹைஸ்கூல் டீச்சரான தன்னுடைய மூத்த மகளைத்தான் சுட்டிக்காட்டினார்.

இந்த வரதட்சணைப் பணத்தை வட்டிக்கு விட்டுத் தீர்ந்தபோது இளைய பெண்களின் சீதனங்களின் வளர்ச்சிக்கும், பீஸ் தொகை கட்டுவதற்குமெல்லாம் அன்னம்மாவின் சம்பளம் மிகவும் உபயோகமாக இருந்தது. இவற்றிற்கிடையில் அன்னம்மாவின் திருமணத்தை மட்டும் எப்படியோ எல்லோரும் மறந்து போனார்கள். கடைசி தம்பியின் படிப்பு முடியாதிருந்ததும் அதற்கு ஒரு காரணம். அதனால்தான் எப்போதாவது அன்னம்மாவிற்குத் திருமண ஏற்பாடுகளுடன் வரும் யாரிடமும் அதிக நேரம் பேசிக்கொண்டிருக்க அப்பா விரும்பவில்லை. கோபம் வந்தால் அந்த மனிதர் பிசாசாக மாறுவார் என்பதும் வருபவர்க்கெல்லாம் தெரிந்திருந்தது.

அவ்வாறாக அன்னம்மாவின் மரணம், வர்கீஸ் மத்தாயி என்கிற எட்டாம் வகுப்பு மாணவன் பீஸ் கட்டுவதை ஒருவிதத்தில் பாதித்தது. இனி ரப்பரும், தேங்காயும் விற்ற காசிலிருந்து அவனுடைய பீஸைக் கழித்துவிட்டு மீதியைத்தான் கூட்டுறவு வங்கியில் சேமிக்க முடியும் என்பது தெளிவு. இதை யாரும் வெளியே சொல்லவில்லையெனினும், சடலத்தைத் தேவாலயத்திற்குக் கொண்டு செல்வதற்கு முன்பு நடந்த கூட்டுப்பிரார்த்தனையின்போது அன்னம்மாவின் அப்பா, அன்னம்மாவின் அம்மாவின் கண்களைப் பார்த்த ஒரு பார்வையில் அது வெளிப்பட்டது. அம்மா கட்டுப்படுத்த முடியாமல் கதறிக் கொண்டே அன்னம்மாவின் விறைத்துப் போன பாதங்களில் தலையை அழுத்தினாள். இந்த உண்மையை தவிர்க்கமுடியாத ஒரு எதார்த்தமாக அப்போதுதான் அவர்கள் உணர்ந்தார்கள்.

சடலத்தின் கால்களில் வெள்ளை கான்வாஸ் செருப்புகள் அணிவிப்பது வழக்கமாக இருந்தாலும் ஆடம்பரங்களுக்காகப் பணத்தை வீணாக்க வேண்டாம் என்ற எண்ணத்தால் அவற்றை வாங்கவில்லை. அதனால் அன்னம்மாவின் அம்மாவிற்கு அவளுடைய பாதங்களின் குளிர்மை ஒரு மறையாத நினைவாக

நிலைத்திருந்தது. 'ஐஸ் போலிருந்தது அவளுடைய கால்கள்' என்று பிறகு விசாரிக்க வந்தவர்களிடம் சொல்லவும் செய்தாள்.

பீடி பிடிப்பதற்கான சில்லறையை எப்போதாவது திருடியெடுப்பதற்கு ஒரு பழைய பர்ஸ் இனி இருக்காதே என்பது மட்டும்தான் வர்கீஸ் மத்தாயியின் தனிப்பட்ட இழப்பாகத் தோன்றியது. அன்னம்மாவின் சவப்பெட்டியின் மீது மண்போடத் தொடங்கியதும் வர்க்கீஸ் கல்லறைத் தோட்டத்தின் ஒரு மூலைக்குச் சென்று அன்னம்மாவின் பர்ஸிலிருந்து கடைசியாக எடுத்த காசைக் கொண்டு வாங்கிய கடைசி பீடியைப் புகைத்தான். பீடி புகைத்தலும், சுயஇன்பம் காண்பதுவும்தான் வர்க்கீஸின் ரகசியச் சந்தோஷங்களாக இருந்தன. தான் ஒருமுறை, இந்த இரண்டையும் ஒருங்கே அனுபவித்துக் கொண்டிருக்கும்போது அன்னம்மாவின் பார்வையில் பட்டதை மனதில் ஒரு சங்கடத்துடன் நினைத்துக் கொண்டான். அவன் வாயிலிருந்து சுருண்டு உயரும் பீடிப்புகை ஏதோ குப்பையிலிருந்து உயரும் வாயுவைப் போல் சவக்குழியின் மீது படர்ந்து சென்றது.

முதல்நாள் அப்பா அந்தப் பழைய பர்ஸின் ஒவ்வொரு அறையையும் பரிசோதித்த பிறகு பரணின் மீது தூக்கிப் போடுவதற்கு முன்பாகவே வர்கீஸ் அதிலிருந்த ஒரு ரூபாய் எழுபத்தியெட்டு பைசாவை எடுத்திருந்தான். துவைத்துத் துவைத்து நிறம் மங்கிப்போன அன்னம்மாவின் நாலு புடவைகள் அடுக்கி வைக்கப்பட்டிருந்த மரப்பெட்டியின் அடியில் விரித்திருந்த நியூஸ்பேப்பருக்குக் கீழேயிருந்து அப்பாவுக்கு ஆறு ரூபாய் கிடைத்தது. இது அன்னம்மாவுடையதா வேறு யாராவது ஒளித்து வைத்திருந்ததா என்ற பலமான சந்தேகத்தை அப்பா அடக்கிக்கொண்டார்.

சவப்பெட்டி செய்யவும் மற்றவற்றிற்குமான பணம் வங்கியிலிருந்து ஒரு நீண்ட பெருமூச்சுடன் எடுக்கப்பட்டது. சவத்தை அலங்கரிக்க ஒரு மலர்கிரீடம் வாங்குவதற்காக அந்த ஆறு ரூபாய் ஒதுக்கி வைக்கப்பட்டது. ஆனால் சாட்டின் பூக்கள் கொண்டு அலங்கரிக்கப்பட்ட ஒரு கிரீடம் பள்ளிக்கூட கன்னியாஸ்திரிகளால் கொடுத்தனுப்பப்பட்டதால், அப்பா அந்த ஆறு ரூபாயைத் தன் பெல்ட்டின் மற்றொரு அறைக்குள் ஒதுக்கி

வைத்தார். கணக்குகளைப் போட்டுக் குழப்பிக்கொள்ளும் சுபாவமுள்ளவரல்ல அவர்.

போஸ்ட் மார்ட்டத்தில் மரணத்துக்கான காரணம் மாரடைப்பு என்றிருந்தது. அன்னம்மாவின் கன்னித் தன்மைக்கு எந்தவொரு பங்கமும் வந்திருக்கவில்லை. இதுவும் போஸ்ட்மார்ட்டத்தின் ஒளிரும் கத்திகளும் உறையணிந்த விரல்களும் கண்டுபிடித்த ஒரு உண்மை. அன்னம்மா டீச்சர் அவ்வாறு தன் மரணத்தில் தான் ஒரு ஆணின் தீண்டலை கருணையற்ற பிளத்தலாக அனுபவித்தாள். அவளுடைய குடும்பத்திற்கு இந்த மரண அறிக்கைகள் பெருத்த நிம்மதியைக் கொடுத்தது. காரணம், காதலர்களோ வேறு யாரோ கொலை செய்ததாயிருக்கலாமோ என்ற சந்தேகம் தீர்ந்து விட்டதே. ஏனெனில், அன்னம்மாவின் அழகு அனைத்துச் சந்தர்ப்பங்களிலும் அவளுடைய அப்பாவின் நிம்மதியைக் குலைத்துக் கொண்டிருந்தது.

அந்த அழகு மட்டும் குடும்பத்திற்குப் புரியாத, யாருக்கும் வளைந்து கொடுக்காத, ஒரு புலப்படாத சக்தியாகப் பிரகாசித்துக் கொண்டிருந்தது. அவளுடைய முப்பத் தொன்பதாவது வயதிலும் வரன்களைப் படியேறி வரச்செய்தது. தன்னுடைய பூரண அழகை அனைவரின் கண்களுக்கும் விருந்தாக்கிக்கொண்டு மழைத்துளிகளைப் போர்த்தியபடி படுத்திருக்கும் அன்னம்மாவின் உறக்கம், கடைசியாக அவள் ஒருமுறை குடும்பத்திற்கு சவால் விடுவது போலத்தான் அப்பாவிற்குத் தோன்றியது. என்ன இருந்தாலும் அவளுடைய மரணத்தைப் பற்றிய கருவளையம் போன்ற சந்தேகம் போஸ்ட் மார்ட்டத்திற்குப் பிறகும் அப்பாவின் மனதிலிருந்து முழுவதுமாக மறையவில்லை.

ஒருவேளை அவள் தவறு ஏதாவது செய்திருந்தாலும், அவப்பெயர் எதுவும் இல்லாதபடி எல்லாம் முடிந்துவிட்டதே, எல்லாம் அவன் செயல். யோசித்துப் பார்த்தால் அவளும் பெண்தானே; வெற்றிலையில் சுண்ணாம்பு தேய்த்துக்கொண்டே அப்பா சிந்தனையில் ஆழ்ந்தார். பக்கத்தில் அமர்ந்து பாக்கு வெட்டிக்கொண்டிருந்த அம்மா எதற்கோ தலை குலுக்கினாள். அம்மாவுக்கு இயேசுவினிடத்தில் நிறைந்த பக்தியிருந்தது. புனித இருதயத்தின் முன்னாலிருந்து எழுந்திருக்கவேமாட்டாள். புனித

வெள்ளியன்றே அவளுக்கு மரணமடையும் பாக்கியம் கிடைத்ததே. குடும்பத்திற்கு தெய்வத்தின் அனுக்கிரகம் உண்டு என்றெல்லாம் அடக்கத்தின் மறுநாள் ஞாயிற்றுக்கிழமை சர்ச்சிற்குப் போகும்போது தோழிகளிடம் சொல்லிக்கொண்டே வந்தாள்.

அவளுக்குப் பதினேழு வயது ஆனதிலிருந்தே திருமணம் செய்ய நாங்கள் நிர்ப்பந்தித்துக் கொண்டிருந்தோம். ஆனால், அந்தப் பாக்கியம் அவளுக்கு கிடைத்ததா பாருங்கள் என்று அம்மா மூக்கில் சுண்டு விரலை வைத்துக்கொண்டு சொன்னாள். நோன்பிற்காக இறைச்சி நறுக்கி அம்மா வுடையதும் நாத்திகளுடையதும் கைகள் வலித்தன. புனித வெள்ளியன்று நோன்பு முடிக்க வேண்டிய அவசரமான நேரத்தில் அன்னம்மா இறந்ததற்கு எதிராக அவர்களின் சோர்ந்த கைவிரல்கள் முணுமுணுத்தன.

அன்னம்மாவிற்கு யேசுவின்மீது என்றும் பிரியமிருந்தது. குழந்தைப்பருவத்தில் இடிஇடிக்கும் போதும், பெருவெள்ளம் பாயும் ஓடையைக் கடக்கும் போதும், கைப்பிடியில்லாத ஒற்றையடி மரப்பாலம் வழியாக மூச்சை இழுத்துப் பிடித்துக்கொண்டு கடந்து செல்லும்போதுமெல்லாம் அவள் 'ஈசோ' என்று அழைத்தது இந்தப் பிரியத்துக்குரியவனைத்தான்.

தன் முப்பத்து மூன்றாம் பிறந்த நாளன்று சர்ச்சுக்குப் போய் பாவமன்னிப்பு கோரி அப்பம் பெற்றுத் திரும்பும்போது அன்னம்மா யேசுவிடம் இப்படிப் பேசிக்கொண்டே வந்தாள். 'இன்று முதல் நீ எனக்குத் தம்பிதான். எனக்கு முப்பத்து மூன்று முடிந்துவிட்டது. என் வயதில் நீ இறந்துவிட்டாய். இனி எனக்குத்தான் வயது கூடும். இனி நான் உன் அக்கா. நீ என்னிலும் இளையவனாக, என் செல்லத் தம்பியாக இருக்கவேண்டும்'.

புனித வெள்ளிகளில் சர்ச்சில் அமர்ந்து அன்னம்மா அவனிடம் 'பாவம், என்ன வேதனையுடன் நீ இறந்தாய். இன்றைய உன் மகிமையைக் கனவு காணக்கூட உன்னால் முடிந்ததா? சிலுவையின்மேலே உன் அலறல் பெரிய அலறலாகத்தான் இருந்ததோ? யேசுவே நீ எவ்வளவு அப்பாவியாக இருந்தாய்'

என்பாள் அன்னம்மா டீச்சர் தன் ஈரமான கண்களை மற்றவர்கள் யாரும் அறியாமல் சேலைத் தலைப்பால் துடைத்துக்கொண்டு பலிபீடத்தின் கருப்புநிறத் திரைச்சீலையின் அசைவுகளை உற்று நோக்குவாள்.

அன்னம்மா ஒருபோதும் தனக்கு திருமணம் நடக்கவேண்டுமென்று அவனிடம் பிரார்த்தனை செய்ததில்லை. சிலசமயம் அவளுக்குப் பெரிய சங்கடமும் தனிமையும் தோன்றியிருந்தன. சிலவேளை இரவுகளில் மூச்சடைப்பும் எதற்கென்றறியாத ஒரு சிலிர்ப்பும் தோன்றியிருந்தன. அப்போதும் அன்னம்மா ஜெபிப்பாள் 'ஈசோயே, நீ எனக்குத் துணையாயிருக்கணும்'. அப்பா டைபாய்டு வந்து ஆஸ்பத்திரியில் இருந்தபோதும், நாத்தனார்கள், தங்கைகளின் பிரசவ தினங்களிலுமெல்லாம் அன்னம்மா அவனிடம் சொன்னாள்; 'யேசுவே, நீ எங்களை கைவிடாமல் காப்பாற்ற வேண்டும்.'

முப்பது வயது வரைக்கும் அன்னம்மா தன் திருமணத்தைப் பற்றிச் சிலமுறை நினைத்துக் கொண்டிருந்தாள். மற்ற எல்லோரையும் போலத் தனக்கும் திருமணம் நடக்குமென்றுதான் நம்பினாள். அப்பாவோ சகோதரர்களோ தனக்கு ஒரு வரனைக் கொண்டு வருவார்கள் என்று அவள் வெறுமனே நினைத்தாள். பள்ளிக்கூடத்தில் உள்ள ஜார்ஜ் சார், தன் சித்தப்பாவையும் அழைத்துக்கொண்டு வீட்டிற்கு வந்து அப்பாவுடன் பேசிய அந்த ஞாயிற்றுக்கிழமை மட்டும் அன்னம்மா திருமணச்சடங்குகள் பற்றி, ஒரு வீட்டைப் பற்றி, குழந்தைகளைப் பற்றி இதயத்திலொரு பரிதவிப்புடன் யோசித்தாள். ஆசைப்பட்டாள். அவர்கள் போன பிறகு, 'இவனுக்கெல்லாம் வரதட்சணை கொடுத்து மாளாதே, அப்படியே கொடுப்பதாயினும் அதற்குத் தக்கபடியான பெருமை ஒன்றுமில்லாத குடும்பமாக இருக்கிறது' என்று அப்பா சொல்வதைக் கேட்டவுடன், அவள் அந்த யோசனையையும் அழித்துவிட்டாள்.

ஜார்ஜ் சார், வரதட்சிணை எதுவும் வாங்காமல் அன்னம்மாவைத் திருமணம் செய்து கொள்ளத் தயாராயிருந்தார் என்று மேரிக்குட்டி டீச்சர் மூலம் பின்னர் அறிந்து கொண்டாள். வெற்றிலை போட்டுச் சிவந்த உதடுகளும் புன்னகையுமாக நடக்கும் ஜார்ஜ் சாரிடம் அன்னம்மாவிற்கு விருப்பமிருந்தது.

ஓய்வறையில் அமர்ந்து கேலிபேசி எல்லோரையும் சிரிக்க வைப்பார். மறுநாள் ஜார்ஜ் சார் யாரிடமும் எதுவும் பேசாமல் ஓய்வறையின் ஒரு மூலையில் அமர்ந்து கட்டுரை நோட்டுகள் திருத்திக் கொண்டிருந்தார். சாரின் பக்கத்தில் போய் உட்கார்ந்து 'வருத்தப்படாதீர்கள்' என்று ஆறுதல் சொல்லவேண்டும் போல அன்னம்மாவிற்குத் தோன்றியது. எனக்கும் வருத்தம்தான் என்று சொல்லவேண்டும் என்று தோன்றியது. அந்த நிமிடம் அடுத்த பீரியடுக்கான மணி அடித்தது. அன்னம்மா வகுப்பறைக்குச் செல்லத் தயாரானாள்.

அதன்பிறகு அன்னம்மா ஸ்கூலுக்குப் போவாள், வருவாள். எல்லோருக்கும் தன்னாலான வேலைகளைச் செய்து கொடுப்பாள். அம்மாவின் கட்டிலுக்குப் பக்கத்தில் தரையிலொரு பாய் விரித்துப் படுத்துறங்குவாள். மாசக் கடைசியில் சம்பளத்தை அப்பாவிடம் கொடுப்பாள். அப்பா அதை எண்ணி முடியும் வரை கதவிற்கு வெளியே தலைதெரியும்படி நிற்பாள். ரூபாயை பெல்ட்டில் திருகிக்கொண்ட பிறகு சமையலறைக்குத் திரும்புவாள். சில சமயம் இருட்டில் பாயில் படுத்துக்கொண்டு அன்னம்மா யேசுவிடம் சொல்வாள்; 'தானம் கொடுக்க வேண்டுமென்று நீ சொல்லியிருக்கிறாயோ? என்னால் அது முடியவில்லை என்று உனக்குத் தெரியுமே? இல்லையென்றால் தனிமையில் உழலும் நான் என்னால் முடிந்த அளவு பணம் ஏழைகளுக்குத் தானம் செய்திருப்பேனே?'

சிலபோது உள்ளேயொரு புன்சிரிப்புடன் அன்னம்மா கேட்பாள், 'ஆனால், என்ன தானம்தான் நீ கொடுத்தாய்? உன்னிடம் பணம் இருந்ததா? உன்னுடையதெல்லாம் வார்த்தைகளினாலான ஒரு வித்தையாக அல்லவா இருந்தது. கொஞ்சம் நேசமும் கோபமும்தானே நீ தானம் செய்தாய்? உன் வார்த்தைகளின் வலையில் நீ எல்லோரையும் விழ வைத்தாய். கடைசியில் நீயும் அதில் வீழ்ந்தாய்'.

இந்த எல்லை கடந்த எண்ணங்களையெல்லாம் அன்னம்மா, எதனாலோ பாவ மன்னிப்பு கேட்கும்போது சொல்லவில்லை. பாயின்மேல் அவளை அழுத்திய இரவுகளின் கனம் மட்டும் ஒன்றைவிட ஒன்று உயர்ந்து கொண்டிருந்தது. அவளுடைய நெஞ்சில் கலகல சத்தம் மட்டும் வேர்வையணிந்த மூச்சு

முட்டலிற்குள் சென்று மறையும். உடல் தளர்ந்தாலும் அன்னம்மா பயப்படவில்லை.

புனித வெள்ளியன்று நீர் சலசலப்பதும் காற்றடிப்பதும் பசுக்கள் கத்துவதும் பறவைகள் கீச்சிடுவதும் ஒரு அழுகையைப் போலத்தான் அன்னம்மாவிற்குக் கேட்டது. பாறைகள் நிறைந்த ஓடையில் பளபளக்கும் நீரில் நின்றுகொண்டு துணி துவைத்த அன்னம்மாவின் பாதங்களில் வெயில் வீசியெறிந்த ஒரு நிழல் வலையின் கண்ணிகள் சுற்றிக்கொண்டு அசைந்தன. அவளுடைய கணுக்கால் ரோமங்களில் சிறு மீன்கள் உதட்டை அழுத்தின. அவள் தளர்வாகத்தான் சர்ச்சிலிருந்து வந்தாள். சர்ச்சிலிருக்கும்போது ஒரு நீண்ட அழுகையும் சங்கடமும் அவளைச் சூழ்ந்திருந்தன. தேன்கூட்டின் இரைச்சல்போல உரியவனில்லாமல் எழுந்த கூட்டுப் பிரார்த்தனையின் இரைச்சல் அவளை மிகவும் சங்கடத்துக்குள்ளாக்கியது.

'இந்த இரைச்சலுக்கிடையில் இந்த மக்கள் உன்னிடம் சொல்வதென்ன? இதற்காகத்தானா நீ வெயிலிலும் மழையிலும் இருட்டிலும் அலைந்து அடியும் உதையுமேற்று அழுது இறந்தது? பாவம் தம்பி!' உருக்கத்துடன் அவள் சொன்னாள். உன்னால் எதுவும் அடைய முடிந்ததில்லை. எல்லாம் வீண். பாவமன்னிப்புக் கூண்டிற்கு அருகில் மறைந்து நின்று அன்னம்மா கண்ணீர் துடைக்கவும் தேம்பலைத் தடுக்கவும் முயன்றாள். மரணமணியின் தயையற்ற கிடுகிடு சத்தம் உயர்ந்தபோது அன்னம்மாவிற்குக் குமட்டியது. 'உன் மரணத்தை இவ்வளவு பயங்கரமான ஒரு சத்தத்தை வெளிப்படுத்தித்தான் நினைவுறுத்த வேண்டுமா?' இரண்டு காதுகளிலும் விரல்களை அழுத்திக் கொண்டு அன்னம்மா வேர்வையும், தலைசுற்றலுமாகச் சுவரில் சாய்ந்து அமர்ந்தாள்.

துணி துவைத்து முடிப்பதற்குள் ஆகாயத்தில் மழை மேகம் மூடியிருந்தது. துணிகளை காயவைத்த பிறகு, சோர்வு நீங்கட்டும் என்றெண்ணி நீரில் நெடுநேரம் மூழ்கிக் கிடந்தாள். ஆகாயத்தில் மேகத்தின் நிறம் நகர்ந்து செல்லவேயில்லையென்று அவளுக்குத் தோன்றியது. அன்னம்மா எழுந்து நின்று சோப்புத் தேய்க்கத் தொடங்கினாள். அப்போதுதான் அடர்ந்த காடுகளில் ஒரு அசைவை ஓரக்கண்ணால் பார்த்தாள். அவள் உடனே அந்தப்

பக்கம் திரும்பினாள். ஒரு தலை செடியின் பின்னால் மறைந்தது. அன்னம்மாவிற்கு அடக்கமுடியாத கோபம் வந்தது. பெண்கள் குளிக்குமிடத்தில் ஒளிந்து பார்க்கிறார்களா? அது யாரென்று தெரிய வேண்டுமே. அவள் உடனே கரை ஏறி ஒரு நிமிடத்தில் காடுகளுக்குள் சென்றாள். அங்கே ஒரு இளைஞன் நின்றிருந்தான்.

'நீயா?' அன்னம்மா முணுமுணுத்தாள். 'நீ இப்படிச் செய்வாயென்று நான் நினைக்கவில்லை. குறிப்பாக இன்று நீ பாவம் செய்யலாமா?'

அவன் தோள்களில் பிடித்துக் கொண்டே அன்னம்மா கேட்டாள்: 'தம்பி, என்னைப் பார்ப்பதற்காகவா இந்த ஓடைப்பக்கம் வந்தாய்? இவ்வளவுதானா உன் சக்தி?'

'இன்று நீ எனக்காக எவ்வளவோ அழுதாய்?' இளைஞன் சொன்னான். 'உன்னை ஆற்றுப்படுத்தத்தான் நான் வந்தேன். சுழித்து ஓடும் இந்த சுத்தமான நீரில், நீ நிற்கும் போதுதானே, எல்லா வேலைகளையும் செய்து முடித்து நீ நீயாக மட்டுமே ஒரு நிமிடம் இருக்கும் போதல்லவா, நான் உன்னைக் காண வரவேண்டும். இல்லையா அக்கா? திடீரென்று பார்த்தால் நீ பயந்து விடுவாயோ என்று எண்ணித்தான் ஒளிந்திருந்தேன்.'

'தம்பீ ... உன்னைப் பார்த்து நான் பயப்படுவேனா? நீ நலம்தானா? உன் சங்கடங்களுக்கெல்லாம் ஒரு முடிவு வந்துவிட்டதா? நான் இன்று சிறிது தளர்வுற்றிருக்கிறேன். என் கண்களில் இருட்டு வந்துவிட்டதே. சூரியனுக்கு என்ன ஆகிவிட்டது? நீ என் கைகளைப் பிடித்துக் கொள்.'

இளைஞன் அன்னம்மாவின் இரண்டு கைகளையும் தன் கைகளில் எடுத்து தன்னுடைய உதடுகளில் அழுத்திய பிறகு மெதுவாகச் சரிந்து கொண்டிருந்த அன்னம்மாவைத் தாங்கிக்கொண்டு முணுமுணுத்தான்; 'தூங்கு அக்கா, ஓய்வெடுத்துக் கொள். எனக்கு இன்றும் சக்தியொன்றும் இல்லை. நீ தளர்வுற்று விழும்போது தாங்குவதற்காக மட்டுமே நான் வந்திருக்கிறேன்.'

அன்னம்மாவின் உடம்பைப் புற்களின்மீது படுக்க வைத்துவிட்டு அவன் கார்மேகங்களிலொரு சிறு புள்ளியாக

மறைந்து போனான். அந்த மேகங்கள் பெய்த மழை, அன்னம்மாவைக் கழுவிய பிறகுதான் அவளுடைய சடலத்தை வர்கீஸ் மத்தாயி என்ற சகோதரன் கண்டதும் கத்திக் கொண்டு ஓடியதும் நடந்தது.

அவனும் அவளும்

எந்த நிமிடமும் விழுந்துவிடக் கூடியதான நிலையிலிருந்தது அந்தக் குடிசை. உள்ளே ஒரே ஒரு அறை. மேலேயிருந்து மழைநீர் கொட்டிக் கொட்டி தரையெல்லாம் குழிகள். முன்பு எப்போதோ மஞ்சள் பூசிய பழைய உளுத்துப்போன பலகைகளில் ஈரமும் புகையும் அழுக்கும் நிறைந்திருந்தன. அறை முழுவதும் பொருட்கள் காணப்பட்டன. கால்கள் உடைந்த நாற்காலிகள், கயிறு அறுந்த கட்டில்கள், உடைந்த சமையலறைப் பொருட்கள், கிழிந்து பாழான பாய்கள், பழைய துணிகள் அப்படியே நீண்டு போகிறது. மூலையில் இரண்டு அடுப்புகளில் புகையும் நெருப்புக்கொள்ளிகள் மட்டுமுண்டு. திரும்ப வழியில்லை. சாமான்களும் சகிக்க முடியாத ஒருவித வாடையும் இருந்தன. அல்ல, அல்ல, சாமான்கள் மட்டுமல்ல, அவற்றுக்கிடையில் அவனும் மனைவியும் குழந்தையும் இருந்தனர்.

அவன் உயரமாகவும் ஒல்லியாகவும் இருந்தான். சாயம் போன சுவர் போல கறுப்புநிற உடல் ரத்தமின்றி வெளுத்திருந்தது. குறுரோமங்கள் நிறைந்த முகம். உடம்பு முழுக்க நரம்புகள் புடைத்து நிற்கிறது. ஒரு பக்கமாக இருந்த கட்டிலில் அமர்ந்து சத்தமாக புராணத்தைப் படித்து கொண்டிருந்தான். உடம்பு சும்மாயிருக்கவில்லை. கைகள் நடுங்குகின்றன. சிவந்த கண்கள் அசைந்து ஓடிக்கொண்டிருக் கின்றன. நடுவில் புத்தகத்தை மடியில் வைத்துக்கொண்டு

கால்களை ஆட்டியபடி கைகளைப் பின்னால் வைத்துச் சாய்ந்து அமர்ந்து படிப்பான். உடனே கால்மேல் கால் ஏற்றிவைத்து புத்தகத்தைக் கையிலெடுத்து வாசிக்கத் தொடங்குவான். கடினமான சமஸ்கிருத வார்த்தைகள் வரும்போது ஆவேசத்தோடு மனைவியின் முகத்தைப் பார்த்தபடி அந்த வார்த்தையின் மூலத்தையும் அர்த்தத்தையும் விவரிப்பான். அதுதான் அவன்.

மறுபுறம் மேற்கூரையிலிருந்த கழிகளில் ஒரு மரத்தொட்டில் தொங்கிக் கொண்டிருந்தது. அதில் ஒரு குழந்தை. மஞ்சள் நிறத்தில் மெலிந்து பெரிய தலையும் வயிறும் உள்ள ஒரு குழந்தை. கைகால்களை அசைத்து ஏதோ ஒலி எழுப்பிக்கொண்டிருக்கிறது.

கீழே தரையில் ஒரு ஓரமாக சுவரில் சாய்ந்தபடி ஒரு பெண் உட்கார்ந்திருக்கிறாள். மிகவும் மெலிவாக இருப்பவள் அவள்தான். கிழிந்துபோன எதையோ தைத்துக் கொண்டிருக்கிறாள். இடையிடையே தொட்டிலை ஆட்டுகிறாள். இப்போது தைப்பதை நிறுத்திவிட்டு கணவனின் முகத்தைப்பார்த்தபடி உட்கார்ந்திருக்கிறாள். முகத்தில் ஒருவிதமான ஆனந்தம் பரவுகிறது. சமஸ்கிருத வார்த்தைகள் விவரிக்கப்படும்போது ஆச்சிரியமாகத் தலைகுலுக்குகிறாள். கால்களை நீட்டிவைத்து கைகளை மடியில் வைத்து அமர்ந்திருக்கிறாள். திடீரென அவளது முகபாவம் மாறியது. மகிழ்ச்சி மறைந்தது. கோபமும் வேதனையும் வெறுப்பும் நிழலிட்டது. நாளைதான் வருடப்பிறப்பு - விஷு -இவர் என்ன பண்றார்? புராணம் படிச்சிக்கிட்டிருக்கார். புராணம்? விஷு அன்றாவது ஒரு மிடறு கஞ்சி குடிக்கக் கிடைக்குமா? ஓ...இவர் எதுக்கு இப்படி இருக்கார்?

அவள் புராணத்தைக் கவனிப்பதை நிறுத்தினாள். வார்த்தைகள் பின்னிட்டுச் செல்லச் செல்ல முகத்தில் வெறுப்பின், நிழலின் அடர்த்தி கூடியது. இந்தக் குழந்தைக்கு இன்னக்கி என்ன குடுக்கறது? தாய்ப்பால் கொஞ்சம்கூட இல்லை. இவர் புராணம் படிக்கிறாராம்!

அவன் வாசிப்பில் முழுகியிருந்தான். கைகளால் சைகை காட்டி வார்த்தைகளைக் காற்றிற்கு எறிந்து கொண்டிருந்தான்.

இடையில் ஒரு சமஸ்கிருத வார்த்தையை அனுபவித்து ஒருமுறை சொல்லிச் சுவையோடு அதன் விளக்கத்தைத் தொடங்குகிறான்.

"அப்படி மறுத்துதான்...."

உடனே அவள் குதித்தெழுந்தாள். அடக்க முடியாத சங்கடமும், கோபமும் முகத்தில் நிறைந்து காணப்பட்டது. அவள் பட்டெனத் தெறித்தபடி அலறினாள். 'மறுத்து. இல்லையா? மறுத்து நீ எதுக்குடா இங்க இப்படி உக்காந்திருக்க? பெரிய படிப்பாளி. நாளை விஷூன்னு உனக்குத் தெரியுமில்லையாடா?' அவளுடைய கழுத்தின் நரம்புகள் புடைத்து நின்றன. செம்பட்டை தலைமுடி சுற்றும் அலைந்தது.

அவன் திடுக்கிடலோடு கட்டிலைவிட்டு நகர்ந்தான். மனைவியைப் பார்த்தபடியே வாசலையடைந்தான்.

"நீ போய் பிச்சை எடுடா. பொண்டாட்டி புள்ளக்கி கஞ்சி ஊத்த வக்கத்தவன் புராணம் படிக்கறேன்னு வீட்டுக்குள்ள உக்காந்திருக்கான்"

அலறி அழுதுகொண்டே, கைகளை முன்னால் வீசியபடி அவள் அவனை நோக்கி ஓடி வந்தாள். அவன் பயந்தபடி வாசலுக்கு வெளியே நின்றான். அவளுடைய மார்பு உயர்ந்து தாழ்ந்தது. கண்கள் ஜொலித்தன.

அவன் மூச்சடக்கி, சிறிய உதறலுடன் மெதுவாகச் சொன்னான். "முட்டாளே, நரகம் என்னவென்று உனக்குத் தெரியுமா? இந்தப் பறவைகளுக்கும் மிருகங்களுக்கும் யார் உணவு கொடுக்கிறார்கள்? பகவான்! அவர் நமக்கும் தருவார்". குரலை உயர்த்தி, "ஹா! இறை நம்பிக்கை குறைந்திருக்கின்றது. உணவு போன்ற சாதாரண விஷயங்களுக்காகக் கணவனைப் புராணம் படிக்க விடாமல் செய்கிற முட்டாள்". என்றான்.

அவள் சிறிது நேரம் அமைதியாக நின்றாள். மேலும் சிறிது தைரியத்துடன் கைகளை வாசலின் இரு பக்கங்களிலும் பிடித்தபடி அவன், "ஹா! கடவுளை எதிர்க்கிறாய்! உனக்கு நரகம்தான் கிடைக்கும். நெருப்பு. கொழுந்து விட்டெரியும் நெருப்பில் நீ எரிந்து போவாய். பாம்பும் பிசாசுகளும் சூழ்ந்த

நரகம். உனக்குத் தெரியுமா? சே, புராணம் படிக்க விடமாட்டியா?

அவள் மீண்டும் அமைதியாக நின்றாள். ஒளிரும் கண்கள் மட்டும் சலனமற்று அவனைத் துளைத்துப் பார்க்கின்றன. அவன் உள்ளே நுழைந்தான். கிழிந்துபோன சட்டையையும், பழைய வேட்டியையும் எடுத்து அணிந்துகொள்ள அவனுக்குத் தைரியம் வந்தது. நரகத்தைப் பற்றிய ஒரு விளக்கத்தை உச்சத்தில் தொடர்ந்து கொண்டிருந்தான்.

திடீரென அவள் ஒரு பாம்பைப் போல் சீறியபடி, இரண்டு கைகளையும் சுருட்டிக்கொண்டு அவனை நோக்கிப் பாய்ந்தாள். கண்களை உருட்டியபடி நின்றாள். கோபத்தால் அவளின் மெலிந்த கைகள் நடுங்கின. அவன் திகைத்தான். திடீரென முற்றத்திற்கு இறங்கினான். அவன் பின்னாலேயே திண்ணைக்குப் பாய்ந்து வந்த அவள், "இதுதாண்டா நரகம். நீதான் பிசாசு. என்னை தினம்தினம் கொன்று கொண்டிருக்கிறாயே. உன்னோட கடவுளும், நரகமும். நீதாண்டா நரகம், பிசாசு." என்றாள்.

பழைய ஒரு கத்தியைக் கையிலெடுத்துக்கொண்டு அவள் முற்றத்தில் குதித்தாள். வியர்வையில் மூழ்கியிருந்தாள். ஆடை அவிழ்ந்து கலைந்திருந்தது. உடம்பு முழுக்க எலும்புகள் பொங்கி நின்றிருந்தன.

அவன் ரோட்டில் இறங்கி பயத்தோடு ஓடிப்போனான். நரகத்தைப் பற்றிய அவனுடைய சிந்தனை நிலைத்து விட்டிருந்தது.

அவள் மீண்டும் திண்ணையில் ஏறினாள். இருமல் அவளைத் துன்புறுத்தியது. இருமல்களுக்கிடையில் அலறியபடியே திண்ணையில் குறுக்கும் நெடுக்குமாக வேகமாக நடந்தாள்.

வழியில் சென்றவர்கள் அதிசயமாக அவளைப் பார்த்தபடி சென்றனர். நரகம்! அவளுடைய நரகம்! நரகத்துக்குத்தான் போகப்போறேன் நான். ஒரு கயிறில்லையா? இங்கே. ஒரு கயிறு.

அறையெங்கும் ஒரு கயிறைத் தேடினாள். காணவில்லை. கோபம் அதிகரித்தது. வசவுகள் பொழிந்தாள். கத்தியெடுத்து

கட்டிலில் குதித்து ஏறி தொட்டில் கயிறை மேலேயிருந்து அறுத்தாள். தொட்டில் ஒரு சத்தத்துடன் தரையில் விழுந்தது. குழந்தை ஒரு மயக்கநிலைக்குச் சென்றது. அவள் கயிறை இழுத்து எடுத்து, ஒரு கால் உடைந்திருந்த நாற்காலியின் மேல் ஏறி கூரையின் மூங்கிலில் பலமாகக் கட்டினாள். முடிச்சுப் போட்டாள். தலையை முடிச்சுக்குள் விட்டாள்.

குழந்தை உரக்க அழ ஆரம்பித்தது. அது கைகளும் கால்களும் அசைத்து ஒரு புழுவைப்போல நெளிந்து கொண்டிருந்தது. அவள் சிறிது நேரம் ஆழமான வெறுப்புடன் அதைப் பார்த்துக்கொண்டு நின்றாள். தலையை சுருக்கிலிருந்து வெளியே எடுத்து அவள் கீழே இறங்கினாள். திட்டிக்கொண்டே குழந்தையைத் தொட்டிலிலிருந்து வெளியே இழுத்து உலர்ந்த ஒரு முலையை அதன் வாய்க்குள் வைத்து அழுத்தியபடியே "குடி பிசாசே குடி" என்று அலறினாள். சிறிதுநேரம் சென்றபிறகு கீழே உட்கார்ந்து மற்றொரு முலையையும் அதன் வாயில் வைத்தபடியே திட்டிக்கொண்டே இருந்தாள்.

கண்ணாடி பார்க்கும் வரை

சுமார் இரண்டாயிரம் வருடங்களுக்கு முன்னால் நடந்த விஷயம். ஒரு பாலைவனத்தினருகில் மிக வறட்சியான ஒரு நாட்டில் நடந்த நிகழ்ச்சி. அங்கே தண்ணீர் தட்டுப்பாடு அதிகம் இருந்தது. வாரத்தில் ஒருநாளோ இரண்டு நாளோதான் குளிப்பார்கள். தினமும் பல்லாவது தேய்க்கிறார்களா என்றால் அதற்கும் இல்லையென்ற பதில்தான் வரும். குளிக்காமல் இருப்பதால் தாடியிலும் முடியிலும் வேர்வையும் தூசியும் சேர்ந்து ஒரு துர்நாற்றம் வீசும். அக்குள்களிலும் காலிடுக்குகளிலும் சகிக்க முடியாத நாற்றம். இவையெல்லாமே பாலஸ்தீன் போன்ற வறட்சியான நாட்டில் காணப்படும் இயலாமைகள். இதனாலெல்லாம் ஆணும் பெண்ணும் கட்டிப்பிடிக்காமலோ, முத்தம் கொடுத்துக்கொள்ளாமலோ இருப்பார்களா என்ன? நிச்சயம் ஈடுபட்டார்கள். அந்த வாசனைகளெல்லாம் அவர்களின் விருப்பங்களின் பகுதியாக இருந்திருக்கலாம் என்று எண்ணிக்கொள்ளுங்கள்.

நீங்கள் கவனித்தீர்களென்றால் பாலஸ்தீனர்களின் உடலிலிருந்து வெடிமருந்தின் வாடை அடிப்பதை உணர்வீர்கள். ஒருவேளை சாக்கடலின் நெடியோடு ஒத்திருக்கலாம் இந்த வாடை. பழைய காலத்தில் பாவிகளால் நிரம்பிய 'சோதோம்கோ மோரா'வை இறைவன் கந்தகத்தீயில் தள்ளிப் பொசுக்கினார். அதன் மிச்சம்தான் இந்தச் சாக்கடல் என்று சொல்கிறார்கள். இறைவனுக்கு கந்தகம் எங்கேயிருந்து கிடைத்தது என்று

பால் சக்கரியா

அதிசயிப்பதைவிட, பாலஸ்தீனர்களின் உடலில் பழைய பாவங்களின் தண்டனையாக இந்த துர்நாற்றம் நிலைத்துவிட்டது என்பதை நம்புவது எளிது.

இங்கே குறிப்பிடப்படும் சிறிய நிகழ்ச்சியில் சம்பந்தப்பட்ட யேசு என்ற இளைஞன் இன்று பரவலாக அறியப்படுபவரும் வணங்கப்படுபவருமான ஒருவரே. எனவே அவரைப் பற்றிய அதிகபட்ச முன்னுரையொன்றும் தேவையில்லை. இந்த நிகழ்ச்சி நடக்கும்போது யேசுவிற்கு முப்பது அல்லது முப்பத்தொன்று வயதிருக்கலாம். முப்பத்துமூன்றாம் வயதிலேயே இவ்வுலக வாழ்க்கையை அவர் முடித்துக்கொண்டார். மத்திய வயதிற்குப் பிறகு உலக நடைமுறைகளில் சாதாரணமாகக் காணப்படும் பல்வேறு விஷயங்களுடன் இணைந்துசெல்லவோ, அதனோடு இணைந்து வாழ்க்கையை உணர்ந்து அமைதியடையவோ முடியாமல் அவர் சென்றுவிட்டார்.

யேசு பாலஸ்தீனத்தின் கலீலியில்தான் கிட்டத்தட்ட பதின்மூன்று வயதுவரை வாழ்ந்தாரென்றாலும், அதன்பிறகான பதினேழு வருடங்கள் வரை ஊரைவிட்டு வெளியில் சுற்றியலைந்து இப்போதுதான் திரும்பியிருப்பதால் மேலே சொல்லப்பட்ட வியர்வை நாற்றமும் பிற துர்நாற்றங்களும் அவருக்கு சகிக்கமுடியாததாகத் தோன்றியது. ஊரைவிட்டு வெளியேயிருந்த காலகட்டத்தில் தண்ணீர் வளமுள்ள பல ஊர்களில் வாழ நேர்ந்தது. அப்படியாகப் பல் தேய்க்கவும், குளிக்கவும் தலைசீவவும், தாடியைச் சீராக்கவும் கற்றுக் கொண்டார். இந்த சீரான வாழ்க்கைமுறையை அவர் விரும்பவும் செய்தார்.

பயணத்தின்மூலம் பெற்ற அனுபவங்களிலும் பார்த்துப் பேசிய மதகுருக்களிடமிருந்து கிடைத்த அறிவோடும் மொத்தத்தில் ஒரு நம்பிக்கையான மனநிலையோடு கலீலியின் நாசரேத் கிராமத்தில் பெற்றோரிடம் வந்து சேர்ந்த யேசு இனி என்ன செய்வது என்ற யோசனையிலிருந்த காலகட்டம் அது. காலையில் எழுந்திருக்கும்போதே யேசுவிற்குக் குளிக்கவேண்டும் என்று தோன்றும். குறைந்தபட்சம் தலை, கழுத்து, தாடியெல்லாம் கழுவிச் சுத்தம் செய்ய வேண்டுமென்று நினைப்பார். ஆனால் ரொம்ப தூரத்திலிருக்கும் கிணற்றிலிருந்து

முதியவளான தாயும், சகோதரிகளும்,சகோதரர்களின் மனைவியரும் சுமந்து கொண்டுவரும் தண்ணீர்தான் வீட்டில் உள்ளது என்று யேசுவிற்குத் தெரியும். அது குடிக்கவும் சமையல் செய்யவும் மட்டுமே பயன்படுத்தப்படுகிறது, குளித்து வீணாக்கு வதற்கல்ல.

சின்ன வயதில் யேசுவும் தண்ணீர் கொண்டுவர உதவி செய்திருந்ததால் அதன் கஷ்டம் அவருக்கும் தெரிந்தேயிருந்தது. இறந்திருக்கலாம் என்று அவர்கள் எண்ணியிருந்த நான் திரும்ப வந்துவிட்ட மகிழ்ச்சியில் எனக்கு குளிப்பதற்கான தண்ணீரைத் தினமும் கொண்டு வந்து தருவார்கள் என்பதில் எந்தச் சந்தேகமும் இல்லை. ஆனால் அது நியாயமில்லையே. நான் இவ்வளவு நாட்கள் ஊர் சுற்றிக் கற்ற ஞானத்தாலும், குளித்துச் சுத்தமாக இருப்பதற்குக் கற்றுக் கொண்டதாலும் அவர்களின் கஷ்டங்களுக்கு மாற்றமொன்றும் வந்துவிடவில்லையல்லவா. யேசு தனக்குள் பேசிக்கொண்டார்.

அதனால் குளிக்க வேண்டும் என்று தோன்றிய தன் விருப்பத்தைத் தள்ளிப்போட்டார். எனினும்தாடி மீசையிலிருந்து வந்த நாற்றமும் மீசைக்குள்ளே பேன் ஊர்வதைப் போன்ற அரிப்பும் யேசுவைச் சங்கடப்படுத்தியது. அப்படியானால் மீசையை மழித்துவிடலாம், பிரச்னை தீர்ந்துவிடும் என்று அவர் நினைத்தார். முற்றத்திலிருந்த ஒரு கயிற்றுக்கட்டிலில்தான் உட்கார்ந்திருந்தார். எழுந்து நின்று உடம்பை வளைத்து ஒருமுறை சோம்பல் முறித்தார். தன்னையறியாமல் அங்கியின் தோள்பகுதியில் முகர்ந்து முகம் சுளித்தார். சட்டையைத் துவைத்தும் பல நாட்களாகின்றன. சரி, முகத்தை மழித்துவிட்டு கலீலி குளத்திற்குப் போகலாம். நன்றாகக் குளித்து, அங்கியைத் துவைத்து உலர்த்தி, காற்றில் உலாவி, முடிந்தால் கொஞ்சம் நல்ல மீன்களையும், அத்திப் பழங்களையும் வாங்கி வந்து அம்மாவையும் சகோதரிகளையும் மகிழவைக்கலாம்.

வீட்டிற்கு வெளியே காலடி எடுத்துவைத்த அவர் உடனே நின்றார். தன் கையில் பணமில்லையென்று அப்போதுதான் அவருக்கு நினைவு வந்தது. அங்கியின் பாக்கெட்டைத் தடவிப் பார்த்தார். சல்லிக்காசுகூட இல்லை. முதல்நாள் மாலை திரும்பி வரும்போது வழியில் கொறிப்பதற்காகச் சீமோனின் மாமியார்

கொடுத்தனுப்பிய, உப்பு தடவி வறுத்த மக்காச்சோளத்தின் இரண்டு பயறுகள் மட்டுமே அதில் இருந்தது. இவ்வளவு நாட்கள் வெளியே சுற்றிவிட்டு வந்த பிறகும் சிறிதுகூடப் பணம் இல்லாதவனாகவே திரும்பியிருப்பதாக யாரும் தன்னை விமர்சிக்கவில்லை யெனினும், வீட்டில் மறைந்திருக்கும் வேதனையாக அதனை அவர் அறிந்திருந்தார்.

அப்பாவின் வயோதிகம். சகோதரர்களின் சோம்பேறித்தனம். திருமணத்திற்குக் காத்திருக்கும் சகோதரிகள். உண்மையில் வீட்டுப் பெண்களின் உழைப்புதான் பட்டினியை வீட்டுக்கு வெளியே நிறுத்தி இருக்கிறது. யேசு நீண்ட பெருமூச்சுவிட்டார். நான் கடவுளின் ராஜ்யத்தைப் பற்றிய அறிவுடன் இந்த வீட்டு முற்றத்தில் உட்கார்ந்துகொண்டு என்ன செய்வது? அம்மாவையும், சகோதரிகளையும் இந்தக் கஷ்டத்திலிருந்து காப்பாற்ற என்னால் முடியவில்லையே.

வீட்டிற்குள் திரும்பிப் பார்த்தார். அம்மா அடுப்படியில் உட்கார்ந்திருக்கிறார். கடைசி சகோதரி லைலா ஆட்டைக் கறந்து, பாலுடன் உள்ளே செல்கிறாள். அவள் அழகிதானென்று யேசு நினைத்தார். நல்லவனாக, அவளை நன்றாக வாழ வைப்பவனாக ஓர் இளைஞன் அவளைத் திருமணம் செய்துகொண்டால் எவ்வளவு நன்றாக இருக்கும். அவளுடைய அழகை ஆராதிக்கும் குணம் கொண்ட வனாகவும் அவன் இருக்க வேண்டுமே.

மீசையை எடுத்துவிடலாமா என்று யாரிடமாவது கேட்கலாமென்று எண்ணிக்கொண்டே வீட்டுக்குள் நுழைந்தார். புகையினால் சிவந்திருந்த கண்களுடன் அம்மா அவரைப் பார்த்துப் புன்னகைத்தார்.

“உனக்குப் பசிக்குதா? இதோ வேகவச்ச கொழுக்கட்டை இருக்கு. தரட்டுமா?”

“இப்ப எனக்கு ஒன்னும் வேண்டாம்மா. நான் இந்த தாடி, மீசையெல்லாம் மழிக்கலாமா என்று யோசித்துக் கொண்டிருந்தேன். ஒரே உஷ்ணமும்,அரிப்புமா இருக்கு.”

லைலா பாலைக் கொதிக்க வைத்துக்கொண்டிருந்தாள்.

“இப்படியிருக்கறதுதான் நல்லாருக்கு. அதுதான் உனக்கு ஒரு அழகையும் கௌரவத்தையும் குடுக்குது அண்ணா. ஆமா நீங்க எப்ப இருந்து மீசை, தாடி வளக்க ஆரம்பிச்சீங்க?”

நான் வீட்டைவிட்டு வெளியேறும்போது அவள் பிறந்திருக்கவில்லை. ஆனால் இதுவரை பார்த்தேயிராத அண்ணனை அவள் ஏற்றுக்கொண்டிருக்கிறாள். யேசுவின் மனம் குளிர்ந்தது.

“இல்லன்னாலும் இந்த ரோமானியர்களைப்போல நாம் முகச்சவரம் செய்யக்கூடாது. மீசையும் தாடியும்தான் யூதனுக்கான கௌரவம்”

“பேன் ஊறுவதுபோலத் தோன்றுகிறது”

“பரவாயில்லை அண்ணா. இதோ இந்த ஆட்டை மேய விட்டுட்டு வந்து நான் பேனெடுத்துத் தருகிறேன்.”

ஒரு பெட்டைக்கோழியைத் துரத்திக்கொண்டு சேவலொன்று சமையலறைக்குள் பாய்ந்தோடி வந்தது. யேசு ஒரு காலை வீசியபடி இரண்டையும் விரட்டிவிட்டார்.

“அம்மா நான் பெதனி வரை போய் வரட்டுமா? லாசரையும் மார்த்தாவையும் பார்த்து ரொம்ப நாளாகுது.” எண்ண ஓட்டத்தின் உருமாறிய ஒலிகளாய் சொற்கள் வந்து விழுந்தன யேசுவிடமிருந்து.

மார்த்தாவின் கையிலோ லாசரசின் கையிலோ கொஞ்சமாவது காசிருக்கும். மரியம் சேமித்து வைப்பவள் இல்லையென்றாலும் அவளிடமும் கொஞ்சம் கடன் வாங்கலாம். பழசெல்லாம் இன்னும் கொடுக்கவில்லை. பரவாயில்லை, ஏதாவது ஒரு வழி இல்லாமலா போய்விடும். இரண்டு வாரம் குளத்தில் வலைவீசினால்கூடப் போதும். வேறு வழியேயில்லை என்றால் இருக்கவே இருக்கு உளியும் சுத்தியலும். சிறுவயதில் அப்பா சொல்லிக் கொடுத்தது இன்னும் மறக்கவில்லை.

உண்மையில், அலைந்து திரிந்த காலம் எவ்வளவு சுகமானது. நாடோடிகளோடு இந்த உலகத்திற்கு ஏதோ ஒருவிதக் கருணையிருப்பதாக அவர் நினைத்தார்.

"இந்த வெயில்லயா போற? இரண்டுநாள் பயணத்தில் நீ ரொம்ப சோர்ந்து போவியே"

"பரவாயில்லம்மா. பயணம் போய் பழக்கமாகி விட்டது. ஒரு வாரத்திற்குள் திரும்பிவிடுகிறேன்."

"அண்ணா மீசையை எடுத்திடாதீங்க."

யேசு சிரித்துக்கொண்டே, "பார்க்கலாம். தாடி, மீசை இல்லன்னா நான் எப்படி இருப்பேன்னு தெரியணுமில்லயா"என்றார்.

"அப்ப நீ ஒரு அழகான பொண்ணு மாதிரி இருப்ப"

"உன்னப் போல" யேசு சிரித்தார்.

"என் பிள்ளைங்க எல்லாருமே அழகுதானே" அம்மாவின் முகத்தில் மகிழ்ச்சி அழகூட்டியது. யேசுவின் முகத்தில் ரோமங்கள் இல்லாமலிருந்தால் எப்படி இருக்குமென்று நினைத்தபோது, பல வருடங்களுக்கு முன்னர் கண்ட தேவதூதன் போன்ற ஒருவனுடைய முகம் அவள் மனக்கண்ணில் ஒரு மின்னல் போல வந்து போனது. அவள் தன் கையால் முகத்தின் வியர்வையைத் துடைத்துக் கொண்டாள்.

ததேவூசிடம் கடன் சொல்லிக்கொள்ளலாம். நாவிதனின் சிறிய கட்டடத்திற்குள் ஏறிச் செல்லும்போது யேசு மனதில் நினைத்தார். கடையில் வேறு யாருமில்லை. ததேவூஸ் பழைய பெஞ்சில் மல்லாந்து படுத்தபடி ஓய்வு எடுத்துக் கொண்டிருந்தான். எனக்கு முதன்முதலாக முடி வெட்டிய ததேவூஸ் இன்றும் அப்படியேதான் இருக்கிறான். யேசு ஆச்சரியமாகச் சிரித்தார். லேசாக முடி நரைத்திருக்கிறது. லேசான தொந்தி இருக்கிறது. அவ்வளவுதான். எப்போதும் இளைஞனைப் போலவே இருக்கிறான். ஒரு மனைவியும் குழந்தைகளும் மட்டுமின்றி மூன்று வைப்பாட்டிகளும் அவர்களுக்குப் பிறந்த குழந்தைகளும் இருந்தன. சவரக்கத்தியின் கூர்மையைக் கொண்டே அவர்களைக் காப்பாற்றினான்.

யேசு செருமினார். ததேவூஸ் கண் திறந்தான். யேசு அவனைப் பார்த்துச் சிரித்தார். ததேவூஸ் எழுந்து உட்கார்ந்தான். மிகச்

சாதாரணமாக ஒரு வார்த்தைகூடப் பேசாமல் சவர நாற்காலியில் உட்காரும்படி கைகாட்டினான். தன்னைப் புரிந்து கொண்டதாகவே தெரியவில்லை. அப்போதுதான் யேசு நாற்காலியின் எதிரில் ஓரிடத்தில் ஒரு பொருளைக் கவனித்தார். ஒரு கண்ணாடி! மரத்தாலான சட்டத்திற்குள் பூக்களும் கொடிகளுமாகச் செதுக்கப்பட்ட ஒரு கண்ணாடி! யேசு கண்ணாடியைக் கூர்ந்து கவனிப்பதை ததேவூஸ் பார்த்தான்.

''ரோமானியப் படைத்தலைவனின் மகளின் திருமணத்தின்போது கிடைத்த பரிசு இது. இரண்டு வாரங்கள் விருந்தினர்களுக்கு மசாஜும் சவரமும் நான்தான் செய்தேன். ஆனால் இது அதற்கான பரிசல்ல. படைத்தலைவனின் மனைவியின் உடலில் சில பாகங்களைச் சவரம் செய்ததற்குக் கிடைத்த பரிசு. படைத்தலைவருக்கு அதை எந்நேரமும் பார்த்துக்கொண்டே இருக்கவேண்டுமாம். ஹோ! ரோமானியர்களின் இந்தப்போக்கு எங்கே போய் முடியுமோ? வாழ்க்கையில் அவர்களுக்கு ஒரே நினைப்புதான்.'' கொட்டாவி விட்டபடியே, ததேவூஸ் தன் கைவிரலால் சைகை செய்தான்.

யேசு புன்னகைத்தார். பின்னர் கண்ணாடியையே பார்த்தபடி இருந்தார். திடீரெனத் தன்னை ஏதோ பிடித்து உலுக்குவது போல அவருக்குத் தோன்றியது. உறங்குபவனை எழுப்ப முயற்சிப்பது போல யாரோ தன்னுள்ளே இருந்து மனக்கதவைத் தட்டியபடி சொல்கிறார்கள்.

'போ, போ. அந்தக் கண்ணாடியை எடுத்து உன் முகத்தைப்பார். நீ அழகனா? அதனால் உனக்குப் பெருமையா? உனக்குக் கடவுளின் சாயல் இருக்கிறதா? தெய்வ ராஜ்ஜியத்தின் அடையாளம் எதையாவது அங்கே காண முடிகிறதா என்பதையெல்லாம் அறிய வேண்டாமா? சவரம் செய்து கொள்வதற்கு முன் மீசை எப்படியிருக்கிறது என்று தெரிந்துகொள்ளவேண்டாமா?'

யேசுவின் உடல் உதறியது. விரல்கள் துடித்தன. திடுக்கிட்டு இரண்டு கைகளையும் உடம்போடு சேர்த்துக் கொண்டார். அவருடைய தலைக்குள்ளே யாரோ கூவினார்கள். இரண்டடி முன்னால் நகர்ந்தால் போதும். யேசு யாரென்று

கண்டுபிடித்துவிடலாம். எல்லா ரகசியமும் அறிந்துவிடலாம். நீரிலும் சீனப்பீங்கான் பாத்திரத்திலும் பார்த்திருக்கும் அலைகளில் அசைந்து காணப்படும் முகமல்ல, இதோ உன் கறைகளில்லாத முகம் பார்க்கலாம்! வா! வா! வெளியே வெயிலின் பளபளப்பை ஒரு விளக்கு போலப் பிரதிபலித்துக்கொண்டு கண்ணாடி யேசுவை அழைத்தது.

யேசுவுக்கு உதறலெடுத்தது. அவருக்கு மூச்சு முட்டியது. 'வேண்டாம், வேண்டாம்'. யேசு நிசப்தமாக கண்ணாடியிடம் சொன்னார். 'நீ என்னை எனக்குக் காட்டித் தரவேண்டாம். நான் என்ன பார்ப்பேன் என்று எனக்குத் தெரியாதா? எனக்குப் பயமாக இருக்கிறது'.

கண்ணாடி, மணியோசை போன்ற குரலில், 'வா யேசு வா, உனக்குத்தெரியாதா? நீ என் உள்ளே தான் இருக்கிறாய். இரண்டே இரண்டு அடி முன்னால் வைத்து ஒருமுறை குனிந்துபார்த்தால் போதும் நாம் மூவரும் ஒன்றுதான்' என்றது.

'இல்லை இல்லை நான் பார்க்க விரும்புவதை நீ காட்டுவாயா? இல்லை இல்லை'.'

தன் அங்கிக்கு அடியில் வியர்வை ஆறாக வரிவரியாய் வழிந்து ஓடுவதை யேசு உணர்ந்தார். கடும் சூறைக்காற்றில் அகப்பட்டுக்கொண்டதைப் போலத் தள்ளாடினார்.

மணியோசை போலக் கண்ணாடி மீண்டும், 'நீ முதலில் என் முன்னால் வந்து நின்று என்னைப்பார். கண்களைப்பார். தாடி, மீசையைப்பார். மூக்கைப் பார், நெற்றியைப் பார். அதற்கப்புறம் நாம் மீதியெல்லாவற்றையும் தீர்மானிக்கலாம்' என்றது.

'வேண்டாம் வேண்டாம்' யேசு மௌனமாக அலறினார்.

வெயிலில் ஒரு கீற்றெடுத்து வாளைப் போல மின்னிக்கொண்டு கண்ணாடி கண்டிப்பான குரலில், 'மூடனே. நீ தேடுவதெல்லாம் இங்கே இருக்கிறது. உன் ஒரு பார்வை போதும். நீ ஏன் தயங்குகிறாய்?'

யேசு இரு கைகளாலும் காதுகளை மூடினார். கண்களை இறுக்கினார். வாயில் ஊர்ந்து வந்த கூக்குரலை எப்படியோ

உள்ளே இழுத்துக் கொண்டார்.

"கண்ணாடி புடிச்சு போச்சு இல்லயா?" ததேவூஸ் கேட்டான். தட்டிலிருந்த கண்ணாடியை எடுத்து யேசுவிற்கு நேராக நீட்டியபடியே, இதோ வாசலுக்கு நேராகத் திரும்பி வெளிச்சத்தில் நீ நன்றாக ஒருமுறை உன் முகத்தைப் பார். நல்ல அழகுள்ள முகம்தான் இப்போதும். இவ்வளவு நாட்கள் அலைந்து திரிந்தும் உன் முகம் பொலிவாகவே உள்ளது" என்றான்.

யேசு திடுக்கிட்டு பின்னால் நகர்ந்தபடி தளர்வான குரலில், 'வேண்டாம் வேண்டாம் நான் இன்னொரு முறை வருகிறேன்' என்றார்.

ததேவூஸ் சிரித்தான். "சரி. யேசு. நீ என்னுடைய மூன்றாவது மகளைப் பார்த்திருக்கிறாயா? இவ்வளவு அழகான பெண் இந்த கலீலியில் இல்லை. உன் சகோதரி லைலாவின் தோழிதான். அவள் எப்போதும் உன்னைப் பற்றிப் பேசிக்கொண்டிருப்பாள். இனிமேலாவது, திருமணம் குடும்பம் என்று வாழ உனக்கு நேரமாகவில்லையா?"

யேசு ஒரு முட்டாளைப் போல ததேசுவை விழித்துப் பார்த்துவிட்டு, "நேரமாயிடுச்சு. எனக்கு நேரமாயிடுச்சு. நான் புறப்படறேன்" என்று சொல்லியபடியே ததேவூசை வணங்கிவிட்டு வெளியேறி, மிக வேகமாக நடந்துபோனார்.

இரண்டு நாட்களுக்குப் பிறகு யேசு பெதனியில் மார்த்தாவின் வீட்டை அடைந்தார். நேரம் மாலையாகி இருந்தது. மரியம் அந்திப்பொழுதைப் பார்த்தவாறு வராந்தாவில் உட்கார்ந்திருந்தாள். யேசுவின் முகம் காற்றும் வெயிலும் குளிரும் பட்டு கருப்படைந்து இருந்தது. கண்கள் குழியாக இருந்தன. வியர்வையில் அங்கி உடம்போடு ஒட்டியிருந்தது. கால்களில் முட்டிவரை செம்மண்ணும் தூசியும் அழுக்குமாக இருந்தது. யேசுவைப் பார்த்த மரியம் படபடவென எழுந்தாள். யேசு தலையில் கட்டியிருந்த தலைப்பாகையைக் கழற்றியபோது அதிலிருந்து தூசி பறந்தது. மரியம் மகிழ்ச்சியுடன் முற்றத்திற்கு இறங்கி வந்தாள்.

“மரியம், எனக்குத் தாகமாக இருக்கிறது, கொஞ்சம் தண்ணீர் கொடு”.

“பழரசம் தரட்டுமா?”

“வேண்டாம். பழரசம் அப்புறம் சாப்பிட்டுக்கறேன். இப்போ பச்சத்தண்ணி குடு”

தண்ணீர் எடுக்கப்போகும்போது மரியம் கேட்டாள்,

“நீ வருவாய் என எனக்குள் ஏதோ சொல்லியது. அதனால்தான் வராந்தாவிலேயே உட்கார்ந்திருந்தேன். அப்போதுதான் அந்திநட்சத்திரம் உதிப்பதைப் பார்த்தேன். நட்சத்திரம் உதிப்பதை நீ பார்த்திருக்கிறாயா?”

யேசு மௌனமாக இருந்தார்.

அவள் தண்ணீர் கொண்டுவந்து கொடுத்தாள்.

யேசு அதைக் குடித்தபின் மீதியைக் கையில் ஊற்றி முகத்தையும் கைகளையும் துடைத்தார். மரியம் மீண்டும் வராந்தாவில் வந்தமர்ந்தாள். யேசு அவளின் மடிமீது தலைவைத்துப் படுத்தார்.

“மார்த்தாவும் லாசரும் எங்கே?”

“சந்தைக்குப் போயிருக்கிறார்கள். இப்போ வந்துடுவாங்க” யேசுவின் நெற்றியில் கை வைத்தபடி மரியம் சொன்னாள்.

“மரியம் நீ கண்ணாடி பார்த்திருக்கிறாயா?”

‘‘இல்லை. கண்ணாடி ரோமானியப் பணக்காரர்களும் அவர்களைப் போன்றவர்களும் பயன்படுத்துவதுதானே? நீ பார்த்திருக்கிறாயா?”

யேசு கொஞ்சநேரம் எதுவும் பேசவில்லை. மரியத்தின் முகத்தைப் பார்த்தபடி, “இல்லை” என்றார்.

குனிந்து யேசுவின் உதடுகளில் ஒரு முத்தம் கொடுத்தபடி, “பார்த்திருந்தால் நீ ஒரு அழகன் என்று உனக்குப் புரிந்திருக்கும்.” என்றாள்.

யேசு ஒன்றும் பேசவில்லை. அவர் தலையைத் திருப்பி நட்சத்திரங்களால் நிறையத் தொடங்கியிருந்த ஆகாயத்தைப் பார்த்தார்.

திடீரென மரியம் குனிந்து யேசுவின் முகத்தைக் கூர்ந்து கவனித்தாள். அவருடைய கண்களையும் கன்னங்களையும் தடவியபடி, "என்ன பண்றே நீ! அழுகிறாயா!" என்று கேட்டாள்.

"மரியம் தன் முகத்தை யேசுவின் முகத்தோடு அழுத்தியபடியே, "யேசு, உனக்கென்ன ஆச்சு?" என முணுமுணுத்தாள்.

யேசுவின் கன்னங்கள் மீண்டும் நனைந்தன.

மரியத்தின் கழுத்தை தன் இரு கைகளாலும் கோர்த்தபடி. "மரியம் எனக்கு பயமாயிருக்கு" என்றார்.

இருளில் காணப்பட்ட யேசுவின் முகத்தைப் பார்த்தாள் மரியம்.

தன் கையை அவருடைய உதடுகளில் வைத்தபடியே சின்னக்குரலில், 'ச்சே! சாயந்திர நேரத்திலே தப்பா பேசாதே. தெய்வசாபம் கிடைக்கும்" என்றாள்.

யேசு ஒரு தேம்பலுடன் தலையைத் திருப்பி தன் நனைந்த முகத்தை மரியத்தின் சூடான மடியில் அழுத்தினார்.

(பனுவலுக்கு நன்றி. பனுவலின் 'மில்க்கி வே' என்ற படத்தில் யேசு முகச்சவரம் செய்யலாமா, வேண்டாமா என்று சிந்திக்கும் ஒரு காட்சி உண்டு என்று சமீபத்தில் என் நண்பன் சுரேஷ் பட்டாலிசொல்லக்கேட்டு இக்கதை எழுதப்பட்டது.)

இரண்டாம் குடியேற்றம்.

டாக்டர். பி.எம். மேத்யூ வெல்லூர்,
மனோதத்துவ நிபுணர்,
திருவனந்தபுரம்.

மதிப்பிற்குரிய டாக்டர்,

முதலில் என்னைச் சுய அறிமுகம் செய்து கொள்கிறேன். நான் ஆஷா மேத்யூ. வயது 26 வீட்டின் பெயர் கரிப்புறத்து, அப்பாவின் பெயர் ஜோசப் மேத்யூ. முகவரி: காட்டிறம்பு போஸ்ட், குற்றியாடி.

ஆங்கில இலக்கியத்தில் பட்ட மேற்படிப்பும் பி.எட்., பட்டப்படிப்பும் முடித்துள்ள எனக்கு அப்பாவும், அம்மாவும், அண்ணனும், இரண்டு தங்கைகளும் உள்ளனர். திருமணமான அண்ணன் மானந்தவாடியில் வாழ்கிறான். அண்ணி அங்கே பள்ளிக்கூட ஆசிரியை. தங்கைகளில் ஒருத்தி எம்.பி.பி.எஸ்., முதல் வருடம். அடுத்தவள் ப்ரீ டிகிரி முதல் வருடம்.

என் அப்பாவின் அப்பா, இரண்டாவது உலகப் போரின்போது பட்டினியால் மரங்நாட்டுப் பள்ளியிலிருந்து குற்றியாடிக்குக் குடியேறிய ஒரு விவசாயி. காடு வெட்டி விவசாயம் செய்திருக்கக் கூடாதென்று நான் தாத்தாவிடம் வாதிட்டிருக்கிறேன். அதற்குத் தாத்தா 'ஆஷா, நீ பட்டினி அனுபவித்ததில்லை. அனேக நாட்கள் மனைவியும் குழந்தைகளுமாகப் பட்டினியில் வாடித் தளர்ந்த

நிலையில் உள்ள ஒருவனுக்குக் காடு மட்டுமல்ல, இந்த உலகத்தையே கூட வெட்டி நாசமாக்கி உணவுண்டாக்கத் தோணும்' என்றே பதில் தந்தார்.

எண்பத்தொன்பது வயது நிரம்பிய நாத்திகரான தாத்தா, டாக்டர் எ.டி.கோவூருடன் கடிதங்கள் மூலம் மிக நீண்ட தர்க்கப் போராட்டமே நடத்தியிருக்கிறார். இரவில் நாங்களனைவரும் பிரார்த்தனையில் ஈடுபட்டிருக்கும் போது தாத்தா மட்டும் அறையிலமர்ந்து புத்தகம் படித்துக் கொண்டிருப்பார். எண்பத்திரண்டு வயதுள்ள பாட்டிதான் என் அப்பாவையும், எங்களையும் இறைவனின் வழியில் செலுத்தியவர். நாலு கிலோமீட்டர் தூரமுள்ள சர்ச்சிற்குத் தினமும் நடந்தேதான் செல்வார். அப்பா கார் வாங்கியவுடன், பாட்டியைக் காரில் வரச்சொல்லி அழைத்தபோது, துண்டைத் தோளில் சுற்றியபடியே முற்றத்தில் வந்து நின்று கொண்டு, 'நடக்க முடியும் காலம்வரை நான் என்னோட ரெண்டு காலாலும் நடந்து சென்றேதான் ஆண்டவனைத் தரிசிப்பேன்' என்றார். அப்போது ராஜ்கபூரின் திரைப்படப்பாடல் ஒன்றுதான் என் நினைவிற்கு வந்தது.

சஜன் ரே ஜீட் மத் போலோ ...
கபடதாரிகளே பொய் சொல்லாதீர்கள் ....
ஆண்டவனின் அருகே செல்ல வேண்டும்
யானை மீதல்ல குதிரை மீதல்ல
கால்நடையாகத்தான் அங்கே செல்ல வேண்டும்.

இதை நினைத்து நான் சிரித்தபோது, பாட்டி எதுக்குடி ஆஷா நீ சிரிக்கறே' என்றாள் ஒரு விதப் பொய்க்கோபத்தோடு.

என் அப்பா ஒரு காங்கிரஸ்காரர். ஆனாலும் திருச்சபையின் சட்டதிட்டங்களைத் தவறாமல் கடைபிடிப்பவர். அவர் தன்னுடைய சிறுவயதில் மட்டுமே பட்டினி என்பதை முழுவதுமாக அனுபவித்திருக்கிறார். கல்லைத் தின்றாலும் கரையும் வயது வருவதற்குள், தாத்தா 'குற்றியாடி'யில் நெல்லும் மரச்சீனியும் விளைவிக்கும் நிலையை எய்திருந்தார். விவசாயத்தில் பல புதிய புதிய முறைகளைக் கையாண்டு மாதிரி விவசாயிக்கான பரிசைப் பலமுறை வென்றிருக்கிறார். சொல்லிலடங்காத அன்பை எங்களிடம் எப்போதும் வைத்திருப்பவர்.

என் அம்மாவை அவர் மிக நன்றாக கவனித்துக் கொள்கிறார். அம்மா என் அண்ணனைப் பிரசவிக்கும் நேரத்தில் ஊரில் மருத்துவமனையும், மருத்துவரும் இல்லாததாலும், பாட்டி சர்ச்சிற்குப் போயிருந்ததாலும் அப்பாவே மருத்துவச்சியாக மாறினார் என்று சொல்லி அம்மாவை இப்போதும் நாணமடையச் செய்வார். விடுதியில் தங்கிப் படிக்கும் என் தங்கை இருவருக்கும் வாரமொருமுறை போன் செய்வதோடு நில்லாமல் கைநிறைய தின்பண்டங்களுடன் மாதமொருமுறை சென்று பார்க்கவும் செய்வார். நான் ஹாஸ்டலில் இருந்தபோதும் அப்பா இப்படித்தான். நான் அதிக ஆர்வத்தோடு வாசிக்க விரும்பும் புத்தகங்கள் கேரளத்தில் கிடைக்கவில்லையென்றால் டெல்லிக்கு எழுதிப்போட்டு வரவழைத்துத் தருவார். அப்படித்தான் எனக்கு இதான் கானும், ரேமண்ட் கார்வரும், காஸ்தனேதனெவும் அறிமுகமாயினார்.

இப்படிப்பட்ட வாசிப்புப் பரிச்சயமிருப்பினும் நானொரு அமைதியான பெண்தான் டாக்டர். நானொரு அறிவு ஜீவியோ, கலகக்காரியோ அல்ல. 'பார்வைக்குக் குறையொன்றுமில்லாத, நல்ல குணமுள்ள பெண்' என்றே ஊரும், உறவும், ஆசிரியரும், நண்பர்களும் என்னைப்பற்றி அபிப்பிராயப்பட்டிருப்பதாகச் சரியான கணிப்பில் நான் புரிந்து கொண்டிருக்கிறேன். இன்று வரை என்னைப்பற்றி யாருக்கும் எந்த விதத்திலும் ஒரு குறையும் ஏற்பட்டதில்லையென்று தீர்மானமாகச் சொல்லலாம்.

அடக்க ஒடுக்கமாக அம்மா அப்பாவை அனுசரித்து, ஆசிரியர்களை வணங்கி, உறவினர்களையும் நண்பர்களையும் நேசித்து திருச்சபைக்கும், போதகருக்கும் கீழடங்கித்தான் நான் இன்றுவரை வாழ்ந்திருக்கிறேன். எனக்கு மிகவும் விருப்பமான மோகலன்லாலைக்கூட இதுவரைக் காதலித்ததில்லை. அம்மாவைப் போலொரு எடுத்துக் காட்டான மனைவியாக, அப்பாவைப் போலொரு நல்லவனான கணவனுடன் மகிழ்ச்சியாக வாழ வேண்டும் என்பது மட்டுமே என் விருப்பம். கல்யாணம் வரை விருப்பமானவற்றைத் தெரிந்து கொள்ளவும், வாசிக்கவும், எழுதவும், நண்பர்களோடு பழகவும் மட்டுமே விருப்பமென்பதை நான் சொல்லாமலே அப்பா உணர்ந்திருந்தாரென்று தோன்றுகிறது.

டாக்டர், என் அம்மா கருணையும், இதய சுத்தியும் உள்ள ஒரு நேசவதி. அப்பா அம்மாவைத் திருமணம் செய்வதற்குள் எங்கள் வீடு பொருளாதார வளர்ச்சியடைந்திருந்தது. அம்மாவின் வீடு வறுமையில்தான் இருந்தது. தாத்தா தன் மூன்று ஆண் பிள்ளைகளுக்கும் சீதனம் வாங்காமல்தான் திருமணம் முடித்திருந்தார். அப்பா சேவாதளத்தின் பாதயாத்திரையும், வசூலுமாகத் திரியும்போது அம்மாவின் அழகு கண்டு பிரமித்திருக்கிறார். பின்னர் விசாரித்துச் சென்று திருமணம் பேசி முடித்தார்களாம். பாட்டி இதை எதிர்த்ததாக அவர்களே என்னிடம் சொல்லியிருக்கிறார்கள். 'ஏண்டி ஆஷா, பொண்ணுங்களுக்கு அழகு அதிகமிருந்தால் அது சரிப்பட்டு வராது. ஆனால் உங்க அம்மா நல்லவள்.'

அம்மா நல்லவளும் அன்பு நிறைந்தவளும், ஆசைகளில்லாதவளும் குற்றமற்றவளுமாக இருக்கிறாள். திருமணமான புதிதில் தாத்தா அம்மாவை ஒரு நாத்தகவாதியாக்க முயன்றிருக்கிறார். எல்லாவற்றையும் அமைதியாகக் கேட்டுக் கொண்டிருந்த அம்மா கடைசியில் வெட்கத்துடன் தாத்தாவிடம், 'அப்பா, இறைவன் இல்லையென்பதை நம்பாமல் இருந்தால், நீங்கள் என்னிடம் கோபித்துக் கொள்வீர்களா?' என்று கேட்டாள். தாத்தா இல்லையெனவும், 'அப்படீன்னா நான் இறைவன் இருப்பதாக நம்புகிறேன்' என்று சொல்லிவிட்டு இருந்த இடத்தைவிட்டு எழுந்தோடிப் போனாள். அப்போது பாட்டி, 'இந்த வீட்டில் பெண்களிருக்கும்வரை அந்த ஆண்டவனுக்கு எந்தக் குறையும் வராது' என்றாளாம். இதையெல்லாம் அம்மாதான் என்னிடம் சொன்னாள். அம்மாவுடையதைப் போன்ற வாழ்க்கையை வாழ்ந்து முடிக்க வேண்டும் என்ற விருப்பமே எனக்கிருக்கிறது. அதைவிடப் பெரிய ஆசைகளெதுவும் எனக்கில்லை.

டாக்டர், இப்படிப்பட்ட அன்பான பாசமானதொரு குடும்பத்தில் சந்தோஷமும் சமாதானமுமாக வாழ்ந்த வந்த நான், இப்போது ஒரு இக்கட்டில் மாட்டிக் கொண்டிருக்கிறேன். இரண்டு மாதம் முன்பு அம்மா என்னிடம், 'ஆஷா, நீ மேலும் ஏதாவது படிக்கப் போகிறாயா? என்று கேட்டாள். நான் இல்லையென்றேன். அப்போது அம்மா என் தோளில் கை வைத்து என்னைத் தன்னுடன் சேர்த்து அணைத்தவாறே, 'அப்படியானால் உனக்குத் திருமணம் செய்வது குறித்து

யோசிக்கலாமா?' என்றாள். நான் அம்மாவின் நெஞ்சில் தலைசாய்த்து நாணத்துடன் சம்மதித்தேன். அன்றிரவு ரொம்ப நேரம் தூக்கம் வராமல், மிளகுக் கொடிகளில் மின்மினிகள் மின்னுவதை ஜன்னல் வழியாகப் பார்த்தபடி படுத்திருந்தேன். சிறிது நேரத்தில் நிலவு எழுந்தது. நிலவொளி படுக்கையில் விழுந்தபோது என் தேகம் சிலிர்த்தது. பின்னர் நான் உறங்கிவிட்டேன்.

என்னை முதலில் பெண் பார்க்க வந்தவர் ஒரு கல்லூரி விரிவுரையாளர். அவரே ஓட்டி வந்த டாட்டா சுமோவில் அவருடைய அப்பாவும் அம்மாவும் சகோதரியும் அவள் கணவரும் வந்தனர். நான் அனைவருக்கும் காப்பியும், பலகாரமும் கொடுத்து முடித்தபிறகு, அந்த மனிதன் ஒரு சிகரெட்டைப் பற்ற வைத்துக் கொண்டே, 'பி.எட்., முடித்து வேலைக்கொன்றும் போகவில்லையா?' என்று என்னிடம் கேட்டார். 'இல்லை' என்றார் அப்பா. அந்த மனிதன் சிகரெட் பிடித்தது அவனறியாமல் வெளிப்படுத்திய ஒரு விரும்பத்தகாத வேடிக்கையாக எனக்குப்பட்டது. புகை பிடித்தபடி அமர்ந்திருந்த அவனுக்கு நல்ல அழகும் ஆண்மையும் இருந்தது. அவர்கள் சென்றதும் நான் மின்விசிறியை முழுவேகத்தில் வைத்தேன். 'குளிருது. ஃபேனை நிறுத்தம்மா' என்றார் தாத்தா. 'புகை வாசனை போகத்தான்' என்றேன் நான். 'ஆண்கள் புகைபிடிப்பது சகஜம்தான்' என்றார் அப்பா. அதில்லை. சிகரெட் பற்ற வைத்துக் கொண்டு என்னோடு பேசியது எனக்குப் பிடிக்கவில்லை' என்றேன் நான். பின்னர் யாரும் அதைப்பற்றியொன்றும் சொல்லவில்லை. 'பரவாயில்லை. இனியும் வருவர்கள் இளைஞர்கள் தாத்தா எல்லோருக்குமாகச் சொல்லி முடித்தார்.

அன்று இரவு உறங்குவதற்குப் படுத்தபோது நான் யோசித்தேன். அந்த சிகரெட், டாடா சுமோ வரை மட்டுமே எனக்கு அந்த மனிதனைத் தெரியும். அதற்குமேல் என்னால் அறியமுடியாத விஷயங்கள் மட்டுமே உள்ளன. அந்த சிகரெட் புகைத்தல் எனக்கு விருப்பமானதொரு செயலாக இருந்திருந்தால், தெரிந்து கொள்ள வேண்டிய விஷயங்களை நான் எப்படித் தெரிந்து கொண்டிருப்பேன்? அம்மா என் மீது போர்வை போர்த்திவிட்டு நெற்றியில் சிலுவையிட்டுக் கொண்டே 'ஈசோ' என்றார்.

என்னை இரண்டாவதாகப் பார்க்க வந்தவரை எனக்குப் பிடித்திருந்தது. ஒரு வங்கி அதிகாரியான அவர் முகத்தில் கருணையும், மென்மையும் காணப்பட்டன. காப்பி குடித்து முடித்தபின் என்னிடம், 'நானும் ஆங்கில இலக்கியம்தான். பிறகு எப்படியோ தடம் மாறிவிட்டது' என்றார். அவர்கள் சென்ற பிறகு எல்லோரும் என்னைப் பார்த்தார்கள். நான் ஒரு புன்னகையோடு தலை குனிந்து நின்றேன். அன்றிரவு யோசித்தேன். ஆங்கில இலக்கியமும் கருணையும், மென்மையுமான முகமும் இதைத்தவிர என்ன தெரியும் அவரைப் பற்றி? அவர் வீட்டில் புதிய புத்தகங்கள் இருக்குமா? அல்லது பழைய ஆங்கில பாடப் புத்தகங்கள் மட்டும்தானா? அங்கே ஜன்னலைத் திறந்து போட்டுக் கொண்டு படுக்க முடியுமா? தோசைக்குத் தொட்டுக் கொள்ளும் சட்னிக்கு அவர்கள் கடுகு தாளிப்பார்களா? எனக்கு அதுதான் பிடிக்கும். ரொம்ப நேரம் புரண்டு புரண்டு படுத்த பிறகுதான் உறங்கிப் போனேன். மறுநாள் தரகர் வந்து விவரம் சொன்னார். 'அவர்களுக்குப் பெண்ணைப் பிடித்துவிட்டது. ஆனால் பையன் கரிஸ்மாட்டிக் விசுவாசி. பெண்ணின் தாத்தா நாத்திகவாதியானதால் அவனுக்கு சங்கடமாக இருக்கிறது'. 'வேண்டாம் போகட்டும்' அப்பா என்னைப் பார்த்துக்கொண்டே சொன்னார். நான் தாத்தாவின் காதோடு,' பரவாயில்லை தாத்தா, இனியும் இளைஞர்கள் வருவார்கள்' என்றேன்.

மூன்றாவதாக வந்த ஓர் ஆர்க்கிடெக்ட் இளைஞனுடன் என் திருமணம் நிச்சயிக்கப்பட்டது. ஏற்றுமானூரில் இருந்து வந்து என் அம்மாவின் வீட்டினருகே குடியிருக்கிறார்கள். கோழிக்கோடு நகரத்தில்தான் வீடு. கருணையும், அழகும் கூடிய முகம். 'வேலைக்குப் போக விருப்பமா?' என்று கேட்டார். இல்லையென்றேன் நான். 'என் விருப்பமும் அதுதான். நான் விவசாயத்தையும் பிசினசையும் இணைத்தபடி போய்க் கொண்டிருக்கிறேன். ஆனால் விவசாயத்தில்தான் விருப்பம் அதிகம்' என்றார்.

டாக்டர், இங்கிருந்துதான் என் இக்கட்டு ஆரம்பமாகிறது. கல்யாணம் நிச்சயமாகிவிட்டது என்பதையறிந்து அந்த இரவில் நான் என் வாழ்வின் தடம் மாறிப்போனதான நினைவுகளினூடே ஜன்னலின்வழி புறவெளியைப் பார்த்தபடி படுத்திருந்தேன்.

இருண்ட புறவுலகும், ஜன்னலினூடாக ஒரு குளிர்க்காற்றும் உள்ளே நுழைந்தபோது, என்னைப் போர்வையால் போர்த்திக் கொண்டேன். கண் விழித்தபோது நடு இரவுவரை படித்துக் கொண்டிருக்கும் தாத்தாவின் அறையிலும் வெளிச்சமில்லை. வீடு உறங்கிக் கொண்டிருக்கிறது. வெளியே நட்சத்திர ஒளிக்கசிவில் உலகம். திடீரென்று ஒரு நடுக்கம் எனக்குள் ஓடியது. நான், நான் இந்த வீட்டை விட்டுப் போகப் போகிறேன். அப்பாவையும், அம்மாவையும், தாத்தாவையும், பாட்டியையும், தங்கைகளையும், இந்தப் படுக்கையையும், ஜன்னல்களையும், சமையற்கட்டையும், கிணற்றையும், தொழுவத்தையும், வேலைக்காரரையும் விட்டுவிட்டு வேறொரு வீட்டிற்குப் போகப் போகிறேன். இனி சாவதுவரை அங்கேயே குடியிருக்க வேண்டும். அங்கே உள்ளவர்களோடு கூடி வாழக் கற்றுக் கொள்ள வேண்டும்.

ஆர்க்கிடெக்ட் ஜோயி என்னுடன் வாழ இங்கே வரமாட்டார். நான்தான் ஜோயியின் வீட்டிற்கு என்றென்றைக்குமாகப் போகிறேன். ஜோயியின் அழகும் கருணையும் வரைதான் நான் அறிந்திருக்கிறேன். மற்ற என்னவெல்லாமாக அவர் இருப்பார்? ஜோயி என் வீட்டையாவது பார்த்தார். இந்த வீட்டிற்கு வரும் வழியை அறிவார். இந்தக் குன்றுகளையும், வயல் வரப்புகளையும் பார்த்தார். தாத்தாவையும் புத்தகங்களையும் பார்த்தார். எங்கள் நாய் டாட்டூவைப் பார்த்தார். வரவேற்பறையின் சுவரில் தொங்கும் குடும்பப் படங்களைப் பார்த்தார். முற்றத்தில் காயும் மிளகினைப் பார்த்தார். ஜோயி அமர்ந்திருந்த நாற்காலியில் உட்கார்ந்திருந்தபோதுதான் நான் புஷ்பவதி யானேன் என்பதொன்றுதான் ஜோயிக்குத் தெரியாது.

ஆனால் நானோ என் தாத்தா மரங்னாட்டுப் பள்ளியிலிருந்து மொத்தமாக இங்கே வந்து குடியேறியது போல, என்றென்றைக்குமாக அங்கே சென்று குடியேறப்போகிறேன். அந்த இடத்தைப் பற்றி எனக்கு என்ன தெரியும்? அங்கே என்னவெல்லாம் இருக்கும்? அவர்களுக்கு பசுக்களிடமும் ஆடுகளிடமும் அன்பிருக்குமோ? பெண்களிடம் பிரியமாக நடந்து கொள்வார்களா? அவர்கள் ஞாலிப்பூவன் பழம் தின்பவர்களாக இருப்பார்களா? வேலைக்காரர்களிடம் சினேகத்துடன் பழகுபவர் களாயிருப்பார்களா?

குழந்தைகளை அடிப்பதும், அழவைப்பதும் செய்வார்களா? நாயையும் பூனையையும் அடித்து விரட்டுபவராயிருப்பார்களா? பிச்சைக்காரர்களைப் பரிகாசம் செய்வார்களா? சுத்தமான உள்ளாடைகள் அணிவார்களா? பொய் சொல்பவரும் பிறர் பொருளுக்கு ஆசைப்படுபவருமாக இருப்பார்களா? புத்தகங்களை மதிப்பார்களா? பிரார்த்திக்கும்போது மனதில் வெறுப்பும், பொறாமையும் உள்ளவர்களாயிருப்பார்களா? ஜன்னல்களையும் கதவுகளையும் திறந்து விடுபவர்களா யிருப்பார்களா? அவர்களின் வயல்களில் என்னவெல்லாம் பயிரிடப் பட்டிருக்கும்? எத்தனை மணிக்கு அவர்கள் தூங்குவார்கள்? எத்தனை மணிக்கு எழுந்திருப்பார்கள்? கழிப்பறை சுத்தமாக இருக்குமா? தண்ணீரைக் காய்ச்சித்தான் குடிப்பார்களா? குடம்புளி போட்டுத்தான் மீன்குழம்பு செய்வார்களா? சோற்றைக் குழைய வேகவைப்பார்களா?

டாக்டர், இருளினூடாக பெரிய ஆபத்தினை நோக்கி வீழ்ந்து கொண்டிருப்பதாக எனக்குத் தோன்றியது. நான் சத்தமின்றிக் கத்தியபடியே உருண்டு புரண்டு எழுந்தேன். வாழ்க்கையில் முதன் முறையாகத் தனிமையை உணர்ந்தேன். குளிரில் நடுங்கிக் கொண்டே நான் என் முடியிலும், முலைகளிலும், அடிவயிற்றிலும் தடவினேன். ஆஷா மேத்யூ என்ற 26 வயதுடைய எம்.ஏ., பட்டதாரி, கரிப்புறத்து ஜோசப் மேத்யூவின் மகள். கன்னிப்பெண், டி.எஸ். எலியட்டையும், ஹெமிங்வேயையும் வாசித்திருப்பவள். நான் என் உதடுகளையும், கண்களையும் தொட்டுப் பார்த்தேன். கால்களின் வழி கை ஊர்ந்தது. மீண்டும் பிடிமானம் இன்றி இருட்டில் வீழ்ந்து கொண்டிருப்பதாகத் தோன்றியது. 'ஆஷா மேத்யூ நீ சப்தமெழுப்பாதே' என்று எனக்குள்ளாகச் சொல்லிக் கொண்டேன். எண்ணங்களின் பின்னல் வேலை நின்றபோது, கிடுகிடுவென்று நடுங்கியவாறே படுக்கையில் விழுந்த நான் என்னை முழுவதுமாகப் போர்த்திக் கொண்டேன்.

காலையில் தாமதித்துத்தான் எழுந்தேன். 'என்னம்மா - மொகம் என்னவோ போல இருக்கே. கல்யாணத்த நெனச்சு இப்பவே பயப்பட ஆரம்பிச்சிட்டாயா? அம்மா கேட்டாள். நான் ஒன்றும் சொல்லாமல் புன்னகைத்தேன். காலைச் சிற்றுண்டிக்குப் பிறகு தாத்தாவின் அறைக்குச் சென்று தாழ்ந்த குரலில், 'தாத்தா

எனக்கொரு ரகசியம் சொல்ல வேண்டியிருக்கு' என்றேன். தாத்தா வெள்ளெழுத்துக் கண்ணாடியை மூக்கிலிருந்து கழற்றி, படித்திருந்த பக்கத்திற்கு அடையாளம் வைத்துவிட்டு, என்னைப் பக்கத்தில் அமரும்படி சைகை செய்தார். 'தாத்தா மரங்காட்டுப் பள்ளியிலிருந்து சட்டி, பானை, பாய், ஆட்டுரல் இவற்றுடன் குற்றியாடிக்கு வருவதற்கு முன், இருட்டினூடே ஆழத்திற்குள் வீழ்ந்து கொண்டிருப்பதாகத் தோன்றியிருக்கிறதா உங்களுக்கு?' என்றேன்.

தாத்தா என்னைக் கூர்ந்து கவனித்து, 'நீ ராத்திரி நல்லா தூங்கலன்னு தோணுது' என்றார்.

'தூங்கல தாத்தா ராத்திரியில் இருட்டினூடாக வீழ்ந்து கொண்டிருப்பதாகத் தோன்றியது. எல்லா குடியேறிகளுக்கும் அப்படித்தான் தோன்றுமோ?'

'எனக்குப் புரியல'.

'தாத்தா நானொரு குடியேற்றக்காரி தானே? நீங்க மரங்காட்டுப்பள்ளியிலிருந்து காட்டிறம்பிற்கு மொத்தமாகக் குடியேறியது போல நானும் ஆர்க்கிடெக்ட் ஜோயியின் வீட்டிற்கு என்றென்றைக்குமாகக் குடியேறப் போகிறேன். மரணம் வரை வாழப்போகும் வீட்டைக்கூட நான் பார்க்கவில்லை. அது குன்றின் மீதா அல்லது சதுப்பு நிலத்திலா என்பதும் எனக்குத் தெரியாது. அந்த வீட்டில் பேய்களின் நடமாட்டம் உள்ளதா? அவர்களின் முன்னோர் அன்னியரின் சொத்தை அபகரித்தவர்களா என்பதும் தெரியாது. அங்ஙனமெனில் அவர்தம் சாபம் என் குழந்தைகளின் மீதுதான் வீழ்வதாயிருந்தால்!...'

நான் தாத்தாவின் பக்கத்தில் அமர்ந்து என்னுடைய எல்லா கேள்விகளையும் சந்தேகங்களையும் அவரிடம் கொட்டினேன். கடைசியாக, 'தாத்தா, நான் ஜோயியின் வீட்டில் திருமணத்திற்கு முன் ஒரு மாதமாவது தங்கணும். அப்படியானால்தான் அங்கே குடியேற எனக்குத் தைரியம் வரும். தாத்தா செய்ததைப் போல் கண்ணைக் கட்டிக் கொண்டு ஓர் இருட்டை நோக்கிப் பயணப்பட எனக்குச் சக்தியுமில்லை. விருப்பமுமில்லை' என்றேன்.

தாத்தா சிறிது நேரம் சங்கடமாக என்னைப் பார்த்தபடி

இருந்தபிறகு என்னைக் கட்டியணைத்து மூக்குப்பொடி வாசனையோடு என் நெற்றியில் முத்தமிட்டவாறே, 'மகளே நான் உன் பக்கம்தான். ஆனால் உனக்கும் எனக்குமான கால இடைவெளியில் மிகப்பெரிய வித்தியாசம் இருக்கிறது. நான் கிழவனும் நாத்திகனுமாயிருக்கிறேன். உனக்கொரு தீர்வு சொல்லித்தர என்னால் முடியுமென்றால் எவ்வளவு நன்றாயிருக்கும் உன்னை ஆண்டவன் காப்பாராக என்றார். நான் ஆச்சரியமாக 'தாத்தா ஆண்டவனா?' என்றேன். 'ஆம் மகளே அந்தக் கடைசித் துரும்பாவது உனக்கிருக்கட்டும்.'

டாக்டர், ஆர்க்கிடெக்ட் ஜோயியின் வீட்டில் திருமணத்திற்கு முன்னர் ஒரு மாதம் நான் தங்க வேண்டுமென்பதன் அவசியத்தை அப்பாவிடமும் அம்மாவிடமும் தெரிவித்தேன்.

இந்தச் சம்பந்தத்திற்கு மட்டுமல்ல, இது தவறிப்போனால், இதற்குப் பிறகு ஏதாவது சம்பந்தம் வந்தால் அதற்கும் இந்த நிபந்தனை பொருந்துமெனவும் அறிவித்தேன். இன்று என் வீட்டில் நிம்மதியும், சினேகமும், ஒற்றுமையும் இல்லாமல் ஆகிவிட்டிருக்கிறது டாக்டர். என் தங்கைகள் என்னைக் குறை சொல்வதான உபதேசங்களை எழுதுகிறார்கள். அண்ணன் என்னை மனநல விடுதியில் சேர்த்து விடுவேன் எனப் போனில் மிரட்டுகிறான். என் அம்மாவின் கண்ணீர் வற்றவேயில்லை. என் அப்பாவின் சங்கடம் தீரவேயில்லை. தாத்தா புத்தகத்தை வெறித்தபடியே உட்கார்ந்திருக்கிறார், பக்கங்களைப் புரட்டாமல் இரட்டைக் குடியேற்றக்காரியான என் பாட்டி மட்டும் இயந்திர மனிதனைப் போல வீட்டு வேலைகளைச் செய்து கொண்டும், சர்ச்சிற்குப் போய்கொண்டும், என்னைச் சமாதானப் படுத்திக் கொண்டும் இருக்கிறார்கள்.

டாக்டர் எனக்கு உதவுங்கள். நான் என்ன செய்யட்டும்? இதிலிருந்து தப்பிக்க என்ன வழி? என் தேவைகள் தவறானவையா? நானொரு மனநோயாளிதானா? தயவாக எனக்கு அறிவுரை கூறுங்கள் டாக்டர்.

நன்றியுடன்

ஆஷா மேத்யூ.

யேசுபுரம் பொது நூலகம் பற்றிய ஒரு புகார் மனு

ஐயா,

எத்தனையோ நூற்றாண்டுகள் பழமையான ஒரு பெரிய நிறுவனம்தான் யேசுபுரம் பொது நூலகம். இந்த நிறுவனம் இப்போது சிதைந்து கொண்டிருக்கிறது. இன்றைய நிலை தொடர்ந்தால் இது தாமதமின்றி அழிந்துவிடும். அதிகாரிகள் மற்றும் பொதுமக்களின் மேலான கவனத்திற்காக யேசுபுரம் நூலகத்தைப் பற்றிய சில விஷயங்களை நான் இங்கே வரிசைப் படுத்துகிறேன்.

நான் நூலகத்தின் ஒரு ஆயுட்கால உறுப்பினர். அதாவது நான் மரணமடையும்வரை இந்த நூலகத்தின் உறுப்பினராக இருப்பேன். ஒரு நாள் நான் இறந்து போவேன். ஆனால் இந்த நூலகம் அழியக் கூடாது. அது தொடர வேண்டும். யேசுபுரம் பொது நூலகத்தில் பல ஆயுட்கால உறுப்பினர்கள் இருக்கின்றனர். அவர்களுள் ஒருவன் என்ற நிலையில் அவர்களையும் என்னையும் பாதிக்கும் ஒரு முக்கியமான பிரச்னை பற்றி முதலில் நான் விவரிக்கிறேன். என்னையே எடுத்துக் கொள்ளுங்கள், இந்த நூலகத்தின் அழிவும் வீழ்ச்சியும் ஓர் ஆயுட்கால உறுப்பினரான என்னை மிகவும் பயமுறுத்துகின்றன. காரணம், இந்த நூலகத்தின் எதிர்காலம் என்னுடைய இருத்தல் பிரச்னை.

நான் இங்கே ஒரு ஆயுட்கால உறுப்பினரான நிமிடம் முதல் என்னுடைய ஆயுளுக்கும் இந்த நூலகத்துக்கும் இடையில் பிரிக்க முடியாத உறவு ஏற்பட்டிருக்கிறது. மனந்திறந்து சொல்கிறேன், இந்த நூலகம் இல்லையென்றால், அதனோடு தண்டுபோல இணைக்கப்பட்டுள்ள நானும் மற்ற ஆயுட்கால உறுப்பினர்களும் நிலைத்திருப்போம் என்பதில் என்ன உறுதி? எனக்கு எவ்வளவு காலம் முடியுமோ அவ்வளவு காலம் வாழ்ந்தால் நன்றாக இருக்கும் என்று தோன்றுகிறது. என்னால் சாக முடியாது. நீங்கள் மரணத்தை விரும்புவீர்களா? விரும்ப மாட்டீர்கள். நாமெல்லாரும் மரணத்தைக் கண்டு பயப்படுகிறோம்.

இந்த நூலகத்திற்கு அழிவு ஏற்பட்டால் இதன் ஆயுட்கால உறுப்பினர்கள் என்ன ஆவார்கள் என்பதைப் பற்றி நீங்கள் கருணையுடன் சிந்திக்க வேண்டுமென்று, சகோதர மனோபவத்துடன் சிந்திக்க வேண்டுமென்று நான் தாழ்மையுடன் வேண்டிக் கொள்கிறேன். யேசுபுரம் நூலகத்தின் சாதாரண உறுப்பினர்களிடம் எனக்கு ஒரு முக்கியமான வேண்டுகோள் உண்டு. நீங்கள் பத்திரமானவர்கள். ஆனால், அதனால் நீங்கள் எங்களை மறந்துவிடக் கூடாது. உங்களுக்கு ஒவ்வொரு மாதமும் நூலகத்திலிருந்து விடுதலையடைவதற்கான வாய்ப்பு உண்டு. ஒரு மாதத்திற்கு கூடுதலாக உறுப்பினராக இருக்கவும் உரிமையுண்டு.

ஆனால் எங்களுக்கு அப்படிப்பட்ட வாய்ப்புகளெல்லாம் இல்லை. எங்கள் வாழ்க்கை யேசுபுரம் நூலகத்தோடு இணைக்கப்பட்டுள்ளது. யேசுபுரம் நூலகம் நீடித்து நிலைத்திருக்க வேண்டியது எங்களுடைய முக்கியத்தேவை. சமீபத்தில் நான் ஆயுட்கால உறுப்பினர்களின் ஒரு கூட்டத்தைக் கூட்டினேன். இந்தக் கூட்டத்தில், நூலகத்தோடு தொடர்பில்லாத பொதுமக்களும், நூலகத்தின் சாதாரண உறுப்பினர்களும் பார்வையாளர்களாக பங்கேற்றிருக்கலாமே என்று நான் ஆசைப்பட்டேன். யேசுபுரம் நூலகத்தின் ஆபத்தான எதிர்காலம் எங்களின் முகங்களின் வரைந்து வைத்திருந்த பீதியையும், கடுந்துக்கத்தையும் குழப்பத்தையும் நீங்கள் பார்த்திருந்தால், வெறும் கருணையின் பேரிலாவது இந்த நூலகம் நாசமடைவதை அனுமதிக்கமாட்டீர்கள்.

ஆயுட்கால உறுப்பினர்களின் இந்தக் கூட்டத்தில் ஓர் உறுப்பினர் சொன்ன ஒரு விஷயம், முக்கியமாகக் கருதத்தக்கது. இதை மிக முக்கியமான விஷயமாக நான் கருதுகிறேன். அதாவது, இந்த நூலகம் காலாகாலத்திற்கும் நீடித்து இருக்கிறதென்றால் ஆயுட்கால உறுப்பினர்களாகிய நாங்களும் அதனுடன் நீடித்திருக்க மாட்டோம் என்று சொல்ல முடியுமா? நம்முடைய நூலகத்தின் உறுப்பினர்களில் வயதிலும் அனுபவ அறிவிலும் மூத்த முக்கியமான ஒருவர்தான் இந்த அபிப்ராயத்தை முன் வைத்தார். ஆயுட்கால உறுப்பினர்களான நாங்கள் உடலாலும், தெளிவான திட்டங்களுடனும் முயன்றால், ஒரு வேளை, இந்த நூலகத்துடன் இணைந்து நாங்களும் எக்காலமும் தொடர்ந்து இருக்கமாட்டோம் என்று யார் சொல்லமுடியும்? இப்படிப்பட்ட ஒரு தீர்க்கமான முயற்சி செய்ய நாங்கள் தயார். ஆனால், முதலில் நூலகமாவது நிலைத்திருக்க வேண்டுமே.

இப்படிச் சொல்வதனால் என்னை ஒரு சுயநலமி என்றும் மற்ற அனைத்து ஆயுட்காலஉறுப்பினர்களையும் சுயநலமிகள் என்றும் தயவுசெய்து எண்ணி விடாதீர்கள். உங்கள் அனைவரையும்போல நாங்களும் இருத்தலின் நிச்சயமின்மை குறித்த பயத்தோடு வாழ்பவர்கள் மட்டுமே. எங்களுக்குக் குறிப்பாக ஒரு காரணம் உருவாகி இருக்கிறது என்பது மட்டுமே வித்தியாசம். நூலகம் நீடித்து நிலைத்திருப்பதில் நாங்கள் காட்டும் ஆர்வம், உண்பதற்கும் நலம் அடைவதற்குமான உங்களுடைய ஆர்வத்தைப் போன்றதுதான் என்று புரிந்து கொள்ளுங்கள். இல்லாமல் ஆவதைப் பற்றிய பயம் யாருக்குத்தான் இல்லை.

நீங்களும் ஏதாவதொன்றின் ஆயுட்கால உறுப்பினராக இருந்தீர்களென்றால், உங்களால் எங்களை இன்னும் கூடுதலாகப் புரிந்து கொள்ள முடியும். நீங்களோ வாழ்க்கையின் ஆயுட்கால உறுப்பினராக மட்டுமே இருக்கிறீர்கள். உங்களுடைய சந்தாகாலம் தீரும் நாள், தொலைவில் எதிர்காலத்தில் எங்கோ மறைத்து வைக்கப்பட்டிருக்கிறது. நீங்கள் அதைச் சுலபமாக மறந்து விடலாம். ஆனால் எங்களுடைய விஷயம் அப்படியல்ல. நாங்கள், மருத்துவர்களால் நாள் நிச்சயிக்கப்பட்ட நோயளிகளைப் போன்றவர்கள். நோயாளிகளின் வாழ்க்கையைப் போல இந்த

நூலகமும் நலிந்து கொண்டிருக்கிறது. இது நலிந்தால் எங்களுக்கு என்ன நடக்கும்? நோயாளிகளுக்கு மரணம் என்பது சர்வ நிச்சயம். ஆனால் எங்களுக்கோ? எதுவும் தெரியாத இந்த நிலை மிகவும் கொடூரமானது.

யேசுபுரம் பொது நூலகத்தின் வீழ்ச்சி பல வழிகளில் தம் பாதைகளைத் திறந்து உள்ளே கடந்து வந்திருக்கிறது. புத்தகங்கள் வழங்கும் பிரிவை எடுத்துக் கொள்வோம். இந்த இடம் ஒரு பைத்தியம் பிடித்த பெரிய புத்தகக் குவியலாக இருக்கிறது. பீரோக்களில் வைக்கப்பட்டிருக்கும் புத்தகங்களுக்கும் அதன் தலைப்பிற்கும் எந்தவித தொடர்புமில்லை. அகர வரிசையிலோ, பொருளடக்கத்திலோ, ஏன் புத்தகத்தின் தடிமனுக்கோ, நிறத்திற்கோ ஏற்றாற்போல்கூட புத்தகங்களுக்குள் ஒரு தொடர்பும் இல்லை. ஒரு புத்தகத்துக்கும் மற்றொரு புத்தகத்துக்குமான உறவு, அவற்றை அந்தந்த இடங்களில் வைக்கும் பியூனுக்கு அந்தந்த நேரத்தில் தோன்றும் எண்ணங்களை மட்டுமே சார்ந்தது.

பலமுறை, நான் ஒரே பொருளடக்கத்தைப் பற்றிய, இலலையென்றால் ஒரே எழுத்தாளர் எழுதிய, அதுவுமில்லையெனில் ஒரே பதிப்பாளரின், இரண்டு புத்தகங்களை அடுத்தடுத்து பார்த்திருக்கிறேன். ஆமாம். ஆனால், இது நம் வாழ்க்கையில் எதிர்பாராமல் காணப்படும் விதியின் விளையாட்டுகளினால் நிகழும் அற்புதம் மட்டும்தான். ஏதோ ஒரு பீரோவில் ஒருமுறை சஞ்சயனின் முதல் மற்றும் ஐந்தாம் தொகுதிகளைக் கண்டு, நான் அடைந்த மகிழ்ச்சி இப்போதும் நினைவிருக்கிறது. இன்னொரு நாள் ஷேக்ஸ்பியரின் இரண்டு நாடகங்கள் அருகருகே இருப்பதைப் பார்த்தேன்.

ஒரு தடவை இளைஞனான ஒரு பியூன் ஒரே அளவும் ஒரே நிறமும் உள்ள புத்தகங்களை வரிசையாக அடுக்கி வைத்திருந்ததைப் பார்த்தேன். அப்போதைய அடுக்குகளில் ஏதோ ஒருவித அழகு இருந்ததாகப் பட்டது. ஆனால், வெகு சீக்கரமே, கொஞ்சம் கொஞ்சமாக, வேண்டுமென்றே செய்யாமல், உறுப்பினர்களும் மற்ற பியூன்களுமாக அந்த அடுக்கைக் கலைத்தார்கள். தான் ஒருமுறை உருவாக்கிய ஒழுங்கை, அழகைத் திரும்பக் கொண்டுவர பல வீணான முயற்சிகளும்

செய்து பார்த்தான் அந்த இளைஞன். ஆனால் அவனுடைய வெற்றிகள் ஒருபோதும் ஓரிரண்டு நாட்களுக்குமேல் நீடித்திருக்கவில்லை. ஒருநாள் அவன் காரணமேதுமின்றி வேலையை விட்டு நின்று விட்டான்.

ஆனால் புத்தகம் வழங்கும் பிரிவின் இந்த வழிமுறையைப் பற்றி வேறொரு விதத்தில் சிந்திப்பவர்களும் உண்டு. இவர்களின் கருத்திலும் சில எதிர்பாராத உண்மைகள் உள்ளன. காரணம், இவர்களின் பார்வையில், யேசுபுரம் நூலகத்தின் ஒவ்வொரு அலமாரியும் ஒவ்வொரு பிரபஞ்சங்கள். பிரபஞ்சத்தின் அனைத்துக் குணங்களையும் கொண்ட காகிதப் பிரபஞ்சம். இது யேசுபுரம் நூலகத்தின் குறிப்பிடத்தக்க சிறப்பாகவோ, நன்மையாகவோ எடுத்துக் காட்டலாம். வேறெந்த நூலகங்களிலும் இப்படிப்பட்ட ஒரு சிறப்பினை உங்களால் பார்க்க முடியாது.

ஒரு அலமாரியில் ஏதாவது ஒரு புத்தகத்தைத் தேடும் ஒருவன், தன் தேடல்களுக்கிடையில், என்னவெல்லாம் செய்திகளையும், ஞானங்களையும், கண்டுபிடிப்புகளையும் சென்றடைகிறான் தெரியுமா? தான் அறிந்த விஷயங்களைத் தவிர தெரிந்து கொள்ள வேண்டிய விஷயங்கள் கடலளவு இருக்கிறது என்ற எண்ணத்தையாவது அவனுக்குள் உருவாக்க இந்த நிலை உதவுகிறது என்பது இவர்களின் வாதம்.

'புவியியல்' என்று எழுதி வைக்கப்பட்டுள்ள அலமாரியில் நான் கண்டுபிடித்த தலைப்புகள் என்னவென்று கீழே பட்டியலிடுகிறேன் பாருங்கள். வாழ்க்கை வரலாறு, பயண இலக்கியம், உயிரியல், இலக்கிய விமர்சனம், கணிதம், தத்துவம், இசை, சமூகவியல், அழகுக்கலை, சிறுகதை, தாவரங்களின் அறிவியல், நகைச்சுவை, பொருளாதாரம், பாலியல், நாட்டியக்கலை, போர்க்கலை, வரலாறு, ஆன்மீகம், சுயசரிதம், ஆட்சியமைப்புமுறை ஆய்வுகள், கிரிக்கெட், மேஜிக், சுயமுன்னேற்றம், வைத்தியம், நாடகம், இயற்கை மருத்துவம், மனோதத்துவம், சர்க்கஸ், துப்பாக்கி செய்வது எப்படி?, தற்காப்பு என்ற இப்படிப்பட்ட தலைப்புகளிலான புத்தகங்கள், புவியியல் அடுக்கில் காணப்பட்டன. புவியியல் மட்டும் இல்லை.

மேற்சொன்ன பார்வையிலிருந்து பார்க்கும்போது இந்தக் குளறுபடியில் நன்மையும் உள்ளது என்பதை ஏற்றுக் கொள்வதில் எனக்கு சங்கடமில்லை. ஆனால் ஒருவன் ஒரு நூலகத்தில் செலவழிக்கக்கூடிய நேரம் எவ்வளவு குறைவானது என்பதையும் நாம் கவனத்தில் கொள்ள வேண்டும். தனக்குக் கிடைத்துள்ள சிறிது நேரத்திற்குள் ஒரு புத்தகத்தைத் தேடி தொடர்பில்லாத ஆயிரக்கணக்கான புத்தகங்களுக்கிடையில் அலைவது ஒரு கொடூரமல்லவா? நமக்குக் கிடைத்திருக்கும் குறைந்தபட்ச நேரத்திற்குள் நமக்கு மிகவும் தேவையான, நாம் மிகவும் விரும்பும் ஒரு புத்தகத்தை மிக விரைவில் காண்பதில் தானே நம்முடைய ஆர்வம் இருக்கும்?

நமக்குச் சற்றும் பயன்தராத இந்தத் தேடலில் இழக்கும் நேரத்தின் அளவைப் பார்க்கும் போது, அலமாரியிலுள்ள மற்ற புத்தங்கள் எல்லாம் தரும் உலக அறிவு, முக்கியத்துவம் அற்றது என்பதே என்னுடைய எண்ணம். இறுதியாக, தேடல்களுக்கு எல்லாம் பிறகு நமக்குத் தேவையான புத்தகம் இவற்றிற்கிடையில் கிடைக்காமல் போனால், ஒரு வேளை அதற்கு முன்பாகவே நூலகநேரம் முடிந்தால், நமக்குத் தெரியாத இவையெல்லாவற்றையும் கண்டதால் மட்டும் என்ன பயன்?

உண்மையில், பல உறுப்பினர்களும் இப்போது குறிப்பிட்ட ஒன்றைத் தேடுவதை நிறுத்தியுள்ளனர். அவர்கள் அலமாரிகளுக்கிடையில் இருபுறமும் பார்த்துக்கொண்டு அலைந்து நடக்க மட்டுமே செய்கிறார்கள் - எதிர்பாராமல் ஒரு அற்புதம் நிகழ்ந்து, எதையாவது கண்டுபிடிக்க மாட்டோமா என்ற ஆசையில். ஆனால், இதற்கு மிக அதிக நம்பிக்கையும், எதிர்பார்ப்பும் வேண்டியதிருக்கிறது. நம்மில் எத்தனை பேருக்கு இவை உள்ளன?

மிகக் குறைவான நம்முடைய நேரத்தை, இவ்வாறு பொருளற்ற, பயனில்லாத தேடல்களில் இழக்க நேர்வதுதான் யேசுபுரம் நூலகத்தின் வீழ்ச்சிக்கு ஒரு முக்கிய காரணம். தேடுதல் தேவையானதுதான். ஆனால் தேடுபவர்களுக்கு உதவுவவதற்காக அமைக்கப்பட்டிக்கும் தலைப்புகள் எழுதப்பட்ட வழிகாட்டிச்சின்னங்கள்கூட போலியான தெனில், அவற்றை நம்பித் தேடிக் கொண்டிருப்பவர்களின் நிலை என்னவாக

இருக்கும்?

இந்த நூலகம் மிக அதிகமான புத்தகங்களை நம்மிடமிருந்து மறைத்து வைக்கிறது என்பது வேதனையளிக்கும் வேறொரு உண்மை. அலமாரிகளின் கலைந்த சேமிப்புகளுக்கிடையில், வழி தவறித்தான் என்றாலும், இடையறாத தேடுதல்களில், நாம் தேடுவதை என்றாவது ஒரு நாள் கண்டு பிடிக்காமல் இருக்கமாட்டோம் என்ற எண்ணம்தான் சற்று நிம்மதியைத் தருகிறது. இப்படிப்பட்ட ஒரு சாத்தியம்தான் மனதில் ஆசையை வளர்க்கிறது. ஆனால் இந்த ஆசைக்கும், இனி இந்த நூலகத்தில் இடமில்லை. காரணம், யாரும் அறியாமல் ஆயிரக்கணக்கான புத்தகங்கள் புத்தகப்பிரிவிலிருந்து காணாமல் போய்க் கொண்டிருக்கின்றன. அவை ஒருமுறை அலமாரியிலிருந்து வெளியே போனால் பின்னர் வந்து சேருவதேயில்லை. வேறு புதிய ஆயிரமாயிரம் புத்தகங்களும் அலமாரிகளுக்கு வருவதேயில்லை. பழைய புத்தகங்கள்தான் காணாமல் போகின்றன. அலமாரிகளுக்கு புதிய புத்தகங்கள் எப்போதும் வருவதேயில்லை.

இப்படி இரண்டு வகைகளில்தான் நூலகம் சிதைந்து கொண்டிருக்கிறது. இருப்பது இல்லாமல் போகிறது. புதியவைகளுக்கு அனுமதியும் இல்லை. நூலக உறுப்பினர்கள் அவ்வாறு இருபரிணாம இழப்பைப் பொறுத்துக் கொள்கிறார்கள். கடந்த காலத்தில் சேகரித்ததையும், நிகழ்காலத்தில் புதிதாக உருவாக்கியதையும் அவர்கள் ஒரே நேரத்தில் இழக்கிறார்கள். எதிர்காலத்திலும் இதே நிலைமை, இப்படித்தான் இருக்கும் என்பது உறுதியென்றால், அவர்கள் உறுப்பினர்களாக இருப்பது பொருளற்றதல்லவா?

பெரும்பாலான உறுப்பினர்கள் இக்காரணங்களால் தங்கள் சந்தாவைப் புதுப்பித்துக் கொள்ளவில்லை. அவர்கள் இப்போது கடந்தகாலமும், நிகழ்காலமுமில்லாத இந்த நிச்சயமின்மைகளிலிருந்து, தங்களின் தேடல்கள் பயனற்றுப் போகலாம் என்ற பயங்கரமான புரிதல்களிலிருந்து விடுதலை பெற்றிருப்பார்கள். ஆனால் நாங்கள்? ஆயுட்கால உறுப்பினர்களான நாங்கள்?

இந்த வளைந்த சக்கரத்தில் நாங்கள் கட்டப் பட்டிருக்கிறோம். இதன் வளைவை நிமிர்த்த முடியவில்லையென்றால் எங்களுக்குப் பைத்தியம் பிடிக்கும். இதன் சுழற்சி நின்று போனால்? இதொரு பகடிதானே, சார்?

பழைய புத்தகங்கள் காணாமல் போவது எப்படி என்று நான் கண்டுபிடித்து விட்டேன். ஒரு உறுப்பினர் வாசித்த பின்னர் புத்தகத்தைத் திருப்பிக் கொடுத்தவுடன் அது மேஜைக்குக் கீழே உள்ள ஒரு குவியலில் போடப்படுகிறது. பல நாட்களின் தொடர்ச்சியில் அந்தக்குவியல் ஒரு கோபுரத்தைப் போல் மாறுகிறது. இறுதியில் மேஜையின் உயரத்திற்கு மேல் தலையை நீட்டுகிற, தொட்டால் சரிந்துவிடுவதைப் போன்ற பல கோபுரங்கள், அங்கே அரைவட்டத்தில் நிறைந்தவுடன் அவை பல கட்டுகளாகக் கட்டப்பட்டு அலுவலகத்தின் உள்ளேயே உள்ள வேறொரு பெரிய அறைக்கு மாற்றப்படுகிறது. தற்காலிகமான மாற்றம் என்றுதான் சொல்லப்படுகிறது.

அதாவது அவற்றை அங்கே வைத்துத் தரம் பிரித்து திரும்பவும் அலமாரிகளில் அடுக்கி வைப்பதுதான் இப்படிக் கொண்டு போகப்படுவதன் முதல் நோக்கம். ஆனால் இந்த நோக்கம் எத்தனையோ வருடங்களாக கண்டுகொள்ளப் படாமலேயே உள்ளது. எதற்காகத் திரும்பி வரும் புத்தகங்கள் அந்த அறைக்குக் கொண்டு செல்லப்படுகிறது என்று கேட்டால் இன்றைக்கு யாருக்கும் பதில் தெரியாது. கொண்டுபோவது என்ற செயல் மட்டும் நடைபெறுகிறது.

இந்த அறையின் தரையில் சென்ற பல வருடங்களாக அவை சேகரிக்கப்பட்டுக் கொண்டிருக்கிறது. பயங்கரமான இந்தக் குவியல்கள் ஒன்றிற்குப் பின்னால் ஒன்றாக, தரைமுதல் கூரைவரை உயரத்தில் அறையை முழுவதுமாக ஆக்கிரமித்துக் கையகப்படுத்தியிருக்கின்றன. அறைக்குள் நுழைய இனி இடமில்லை. பாதிக் கதவை மட்டுமே இனி திறக்க முடியும். அதனால் அந்த ப்யூன் முதலில் புத்தகங்களை கதவிற்கு வெளியே கொண்டு வந்து வைக்கிறான். பின்னர் ஒவ்வொன்றாக எடுத்து, பாதி திறந்த கதவின் வழியாக கையை உள்ளே நுழைத்து இருபுறமும் மேலே எறிகிறான். அவை என்றென்றைக்குமாக மறைந்து போகின்றன.

வெகுவிரைவில் இந்த அறையின் கதவு திறக்கவே முடியாமல் போகும் என்பது உறுதி. அதனால்தானோ என்னவோ அதற்கு அருகில் உள்ள இன்னொரு அறை - இன்டெக்ஸ் கார்டு ஒட்டப்படாத ஸ்டாண்டுகள் நிறைந்த ஒரு அறை - சுத்தம் செய்யப்படுகிறது. நூலகத்தின் எல்லா புத்தகங்களும் இந்த அறைகளுக்குள் காணாமல் போவதற்கு எவ்வளவு வருடங்கள் ஆகும் என்று துடிக்கும் இதயங்களுடன் ஆயுட்கால உறுப்பினர்களான நாங்கள் கணக்கிட்டுக் கொண்டிருப்போம். ஒரு நாள் இந்த இரண்டாம் அறையின் கதவும் திறக்கமுடியாமல் போகும். ஆனாலும் நாங்கள் எங்கள் ஆசைகளைக் கைவிடவில்லை.

நூலகத்தின் ரெஃபரன்ஸ் பிரிவும் அதன் உள்ளேயுள்ள ஒரு இருட்டு அறையும் எங்களுக்கு முக்கிமான இடம். இன்று வரை அப்படித்தான் இருந்தது. பிறகு நூலகத்தில் அலுவலர்கள் இருக்கிறார்கள். புத்தகங்கள் முழுவதும் நூலகத்திலிருந்து மறைந்து போனாலும் அரசாங்கத்தின் சம்பள ரிஜிஸ்டரிலிருந்து இந்த நூலகத்தின் பெயர் மறைந்துபோக அவர்கள் விடுவார்களா? எனக்கு அப்படித் தோன்றவில்லை. இருக்கும் அலுவலர்கள் பென்ஷன் வாங்கினாலும் புதியவர்கள் இந்த வெற்று அலமாரிகளை மேற்பார்வை பார்க்க வரத்தான் செய்வார்கள். இந்த நிறுவனத்தை அரசாங்கம் எடுத்துக்கொண்டது எவ்வளவு சரியானது என்று எனக்கு இப்போது தோன்றுகிறது.

எங்களுக்கு இன்னும் ஒரு ஆசை இருக்கிறது. கவனக்குறைவுள்ள உறுப்பினர்கள் திருப்பித்தர மறந்துபோன, அல்லது அவர்கள் வேண்டுமென்றே திருப்பித்தராமல் இருக்கும் புத்தகங்கள்தான் எங்களுடைய அந்த ஆசை. இந்தப் புத்தங்கள் திருப்பி வருவது சாத்தியமாக இருக்கும்வரை இந்த நூலகத்திற்கு அழிவில்லை என்பதே எங்களின் வாதம் இதையெல்லாம் யார் தீர்மானிப்பது? எங்களுக்குத் தெரியவில்லை. நாங்கள் தைரியத்தை வரவழைத்து ஆசைப்படுகிறோம், அவ்வளவுதான்.

புரட்சி மனப்பான்மையுள்ள எங்களில் சிலர் அந்தக் கூட்டத்தில் ஒரு ஆலோசனை சொன்னார்கள். புத்தக அலமாரிகள் முழுவதும் காலியாவற்கு இனியும் தாமதமாகாது என்ற நிலைமை வந்தவுடனே ஆயுட்கால உறுப்பினர்கள்

எவ்விதத்திலாவது எவ்வளவு முடியுமோ அவ்வளவு புத்தகங்களை அவரவர்களுடைய வீடுகளுக்கு எடுத்துச்சென்று விடவேண்டும் என்பதுதான் அது. நூலகம் முழுமையாக இல்லாமல் ஆவதைத் தவிர்ப்பதற்கான ஒரு வழியாகத்தான் அவர்கள் இதை முன் வைத்தார்கள்.

புத்தகங்களைத் திருப்பித் தராதிருக்கும் உறுப்பினர்களைக் கண்டுபிடித்துவிடலாம் என்ற நிச்சயமற்ற ஆசையைவிட, நாமே ஒரு தீர்மானத்திற்கு வருவது நல்லது என்று அவர்கள் வாதிட்டார்கள். இது முறையற்றசெயல் என்று நான் உட்பட சிலர் அன்று சொன்னோம். ஆனால், என் மனதிற்குள் நான் இன்றும் யோசித்துப் பார்க்கிறேன். இருத்தல் பிரச்னைக்கு முன்னால் எது தர்மம்? எது அதர்மம்? காரணம், இந்த நூலகத்தில் இனி அதிக புத்தகங்களொன்றும் இல்லை. முதலில் மனிதர்கள் இருக்கவேண்டாம்? பிறகுதானே சார், தர்மமும் அதர்மமும்.

புதிய புத்தகங்களுக்கு என்ன நேர்கிறது என்பதையும் சொல்லி விடுகிறேன்; அவற்றின் மீதிருக்கும் காக்கி நிற உறைகள் கூடக் கழற்றப் படுவதில்லை. அவை வருடந்தோறும், தரைப்பகுதிக்குக் கீழே கட்டப்பட்டுள்ள ரெஃபரன்ஸ் பிரிவிற்கு அருகிலுள்ள ஓர் அறையில் குவிக்கப்படுகிறது. நான் ஒரு பழமைவாதி. எனக்கு இன்றைய சிந்தனைகளின், எழுத்துகளின் திசைகள் புரியவில்லை, இருந்தாலும் நான் ஒருமுறை, அந்த இருட்டறைக்குள் சென்று, அதிலிருந்த ஓரிரு கட்டுகளை அவிழ்த்து, என் சாவிக்கொத்துடன் இணைந்த பேனா டார்ச்சின் உதவியுடன் அவற்றைப் பார்த்தேன்.

இவ்வளவு புதிய படைப்புகள், புதிய உருவங்கள், புதிய உள்ளடக்கங்கள், சிந்தனைகள், உணர்வுகள், அழகுகள்... எனக்கு அறிமுகமற்றவை என்றாலும், ஓர் இருட்டறையில் கட்டி வைக்கப்பட்டிருந்தது என்னை வருத்தப்பட வைத்தது. மற்றொரு விதத்தில் இந்த காட்சி எனக்கு ரகசியமான, ஒருவகையில் பெருத்த நிம்மதியையும் தந்தது. காரணம், இந்தக் கட்டு பிரிக்கப்படாத புத்தகங்கள் இங்கேயிருப்பது வரை, இந்த நூலகத்திற்கு ஒரு எதிர்காலம் உண்டு. மேலேயிருக்கும் அலமாரிகள் காலியாகி நூலகத்தைப் மூடவேண்டிய நிலைமை வந்தால், நான் அவர்களை கீழே அழைத்து வந்து, இந்தக்

கட்டுகளை பெருமையுடனும், மகிழ்ச்சியுடனும் சுட்டிக் காட்டலாம் - ஆயுட்கால உறுப்பினர்களாகிய எங்களின் ரகசிய சொத்துதான் இந்த அறை.

உண்மையில், ரெஃபரன்ஸ் பிரிவுடன் இணைந்த ஒரு பெரிய அறைதான் இது. ரெஃபரன்ஸ் பிரிவு அலுவலகம் என்பதுதான் இதன் பெயர். ஆனால், வருடக்கணக்கில் அதில் குவிக்கப்பட்ட புத்தகக் கட்டுகளும், இருட்டும் சேர்ந்து அது ஒரு சிறுகுகை போலத் தோன்றுகிறது. கடந்துபோன எத்தனையோ வருடங்களின் புதுமைகள், இந்த இருட்டறையில் தூசு படிந்து மறைந்து கிடக்கின்றன என்று பலமுறை நான் இதன் முன்னால் நின்றபடி யோசித்திருக்கிறேன். இருட்டு மூடிவைத்திருக்கும் இந்தப் புதுமைகள் என்றாவது ஒருநாள் எங்களுடைய இருப்பின் மங்கும் திரியை மீண்டும் கொழுந்துவிட்டு எரியச் செய்யும் என்ற எண்ணமும் அப்போது என் மனதிற்குள் கடந்து செல்லும்.

வாசலில் நின்று நிறைய நேரம் பார்த்துக் கொண்டிருந்தால்தான், உள்ளேயிருக்கும் இருட்டுடன் கண்கள் பழகும். அப்போது இருட்டின் எல்லையில் சதுரவடிவில் புத்தகக் கட்டுகளின் அவற்றிற்கும் கதவுக்கும் இடையிலுள்ள குறுகிய இடத்தில் ஒரு மேஜையையும் ஒரு நாற்காலியையும், அந்த நாற்காலியில் ஒரு மனித உருவத்தையும் பார்க்கலாம். அந்த உருவம்தான் ரெஃபரன்ஸ் பிரிவு உதவியாளர்.

ஒருமுறை, தனியாக, இங்கேயிருந்த பல தூண்களுக்கிடையில் அலைந்தபோது, முதன்முதலாக இந்த ரகசியமான அறையால் கவரப்பட்டு, இருட்டில் என்னுடைய பேனா டார்ச்சை அடித்துப் பார்த்தவுடன், திடுக்கிட்டு நான் எப்படி பயந்தேன் என்று இன்று நினைத்துப் பார்க்கிறேன். அந்த மேஜைக்குப் பின்னால் நாற்காலியில் அமர்ந்து தொலைவைப் பார்த்தபடி இருக்கும் சலனமற்ற உருவத்தை என் கண்கள் எதிர்பார்க்கவே இல்லை.

தனக்குப் பின்னால் திறக்கப்படாத புதுமைகளின், கட்டுகள் பிரிக்கப்படாத நவீனங்களின் ஒரு குவியலாக, ரெஃபரன்ஸ் பிரிவு என்ற அந்த பெரிய மங்கிய வெறுமைக்கு இருட்டில் காவலிருக்கும் இந்த மனிதனை நான் சற்றும் எதிர்பார்க்கவில்லை. தனக்கு முன்னால் இருக்கும் கதவின்

வழியாக காணப்படும் நூற்றுக்கணக்கான தூண்களுடனோ, அவைகளுக்கிடையில் வெறுமையாக இருக்கும் மேஜை, நாற்காலிகளுடனோ, தெளிவற்றுக் காணப்பட்ட அலமாரிகளுடனோ, தனக்குப் பின்னால் இருளால் சூழப்பட்டிருந்த புத்தகக் குவியல்களுடனோ அந்த மனிதனுக்கு எந்த உறவும் இருப்பதாகத் தோன்றவில்லை.

ஆனால், ஓர் ஆயுட்கால உறுப்பினரான என் வேதனைக்கும் வெறுமைக்கும் நிச்சயமற்ற தன்மைக்குமிடையில் ஒரு நிம்மதியை நான் அந்த மனிதனில் உணர்ந்தேன். ஆயுட்கால உறுப்பினர்களான எங்களை மீட்க வந்திருக்கும் ஒரு சக்தியைப் போல நான் அவரை உணர்ந்தேன். அந்த மங்கிய சாம்ராஜ்யத்தில் எப்போதும் வெளியே போகாத செல்வங்களான ரெஃபரன்ஸ் புத்தகங்களையும், இருட்டிலிருக்கும் புத்தகக்கட்டுகளையும் எங்களுக்காகக் காவல் காக்கும் காவல்பூதம்.

நான் அவரிடம் பேசியதே இல்லை. அவரிடம் பேசி அந்த ரகசிய அறையின் மௌனத்தைக் கலைத்தால் என்ன நடக்குமோ என்ற சந்தேகம், பேச முனையும் போதெல்லாம் எனக்கு வந்தது. அது மட்டுமல்ல, அவரிடமிருந்து ஏதாவதொரு சத்தம் பதிலாக வருமென்று எதிர்பார்க்கவும் இல்லை. நான் அவரைக் கண்டுபிடித்தும் நீண்ட நாட்கள் ஆகவில்லை. எவ்வளவு எதிர்பாராமல் அது நிகழ்ந்தது என்று சொன்னேன் அல்லவா? ரெஃபரன்ஸ் பிரிவின் நிலைமை இப்படித்தான் இருக்கிறது.

பல தூண்கள் நிறைந்திருக்கும் ஒரு பாதாள உலகம்தான் ரெஃபரன்ஸ் பிரிவு. இரண்டு கோடிகளிலும் ஒவ்வொரு பல்புகள் மங்கலாக எரிந்து இந்த நிலவறையை வெளிச்சத்தால் இருளச் செய்கிறது. இந்த மங்கலான வெளிச்சத்தில் தூண்களின் பெரிய நிழல்களுக்கிடையில் ஆங்காங்கே வைக்கப்பட்டிருக்கும் தனித்த அலமாரிகளில் சில தடிமனான புத்தகங்களின் இருண்ட உருவங்கள் காணப்படுகின்றன. இங்கே ஐந்து மாதம் தொடர்ந்து ரெஃபரன்ஸ் செய்த எனது ஒரு நண்பன் ஆறுமாதத்தைக் கண்மருத்துவமனையிலேயே கழித்தான். அவனுடைய ஒரு கண்ணிற்கு முழுமையான பார்வை இப்போதும் இல்லை. ஐந்து மாதங்கள் தொடர்ந்து இங்கே வந்து கொண்டிருக்கும் அவனுக்கு

ரெஃபரன்ஸ் பிரிவு உதவியாளர் என்ற ஒருவரைப் பற்றி இன்றும் தெரியும் என்று எனக்குத் தோன்றவில்லை.

ரெஃபரன்ஸ் பிரிவைக்கூட பலரும் பார்த்திருப்பார்கள் என்று சொல்லமுடியாது. திடமனதுள்ள சிலர்மட்டுமே இங்கே அபூர்வமாக, எப்போதாவது இறங்கி வருவார்கள். நான் பலமுறை தைரியத்தைச் சேகரித்துக் கொண்டு இந்தத் தூண்களின் சலனமற்ற உருவங்களின் வழியாக நடந்திருக்கிறேன். என் மங்கலான நிழல் தூண்களோடு அமைதியாக கட்டிப்பிடித்தும், என் காலடியோசை ஒரு பெருமூச்சு போல அந்த இருளில் எழுந்தும் இருக்கிறது.

அந்த அலமாரிகளின் கரிய உருவங்களைத் தொடவும் பரிசோதிக்கவும் துணிந்திருக்கிறேன். என் பரிசோதனையில் அவை பெரும்பாலும் அகராதிகளாக இருந்தன. பெரியதும் சிறியதுமான அகராதிகள். பல மொழிகளின் அகராதிகள். அது தவிர, மனித உடற்கூறு பற்றிய மிகப்பெரிய புத்தகம் ஒன்று. படங்களுடன் கூடிய பெரிய பைபிள் வேறொன்று. மற்றொன்று இரண்டு பாகங்களில், ஹேவ்லாக் எல்லீஸின் 'சைக்காலஜி ஆப் செக்ஸ்'. வேறு சில புத்தகங்கள் நான் ஏற்கனவே ஆங்காங்கே கண்டவை. நான் ஒரு முறை பரிசோதித்துப் பார்த்தேன். (எல்லாம் என் பேனா டார்ச்சின் உதவியால்தான்)

இந்த புத்தகங்கள் முழுவதும் பேய்க் கதைகளாயிருந்தன. ஒருமுறை, ஒரு புத்தகத்தில், ஒரு பிசாசு, ஒரு ஆளரவமற்ற பாதையில் நடந்து செல்லும் ஒருவனுக்குப் பின்னால் மௌனமாகச் செல்லும் பயங்கரமான படத்தைக் கண்டபிறகு, நான் எப்படி அந்த இருளில் உதறலோடும் தளர்ச்சியோடும் திரும்பிப் பார்த்தும் படிகளில் ஏறி மேலே வந்தேன் என்று எனக்கே தெரியவில்லை. ஆனால், இந்தக் குவியலில் நான் கண்டுபிடித்த மற்றொரு புத்தகம் ஜெ. கிருஷ்ணமூர்த்தியின் 'கமண்ட்ரீஸ் ஆன் லிவிங்' கின் இரண்டாம் பாகம்.

அன்றைக்கெல்லாம் என்னைத் தவிர வேறொருவரும் அந்தப் பாதாளத்தின் தனிமையில் இருக்கிறார் என்றோ இருட்டில் மறைந்திருக்கிறார் என்றோ எனக்குத் தெரியாது. எப்படியிருப்பினும் ஆயுட்கால உறுப்பினர்களான எங்களுக்கு

இந்த ரெஃபரன்ஸ் பிரிவின் மீதும், அதன் காவல்காரனின் மீதும் பெரு விருப்பம் உண்டாவது இயல்பானதுதானே. காரணம், இங்கேதான் நான் முன்பே குறிப்பிட்டதுபோல காணாமல் போகாத, மேலே அறைக்குள் எறியப்படும் புத்தகங்கள், இங்கேதான் இனியும் அவிழ்க்கப்பட வேண்டிய புத்தகக்கட்டுகள் இருக்கின்றன.

ஆனால் சார், இன்று என்னுடைய அந்தச் சிறிய ஆசைக்கும், ஆவலுடன் சேகரித்துவைத்திருந்த நிம்மதிக்கும் பெரிய அடி ஏற்பட்டிருக்கிறது. நான் அவசரப்பட்டு இந்தப் புகாரை, இந்த விண்ணப்பத்தை எழுதிக் கொண்டிருக்கிறேன். இனி என்னால் காத்திருக்க முடியாது. ரெஃபரன்ஸ் பிரிவிற்கும் வீழ்ச்சி துவங்கியிருக்கிறதோ என்று நான் பயப்படுகிறேன்.

இன்று காலையில் ரெஃபரன்ஸ் பிரிவிற்கு நான் இறங்கிச் சென்றேன். அங்கே ஏதோ ஒருவகையான துர்நாற்றம் பரவிக் கொண்டிருப்பதாக எனக்குத் தோன்றியது. அதன் உறைவிடத்தைத் தேடிக்கொண்டே, அந்த அலுவலக அறையை நோக்கி நீட்டிய என் பேனா டார்ச்சின் வெளிச்சத்தில் ரெஃபரன்ஸ் பிரிவின் உதவியாளர் தூக்கில் தொங்கிக் கொண்டிருப்பதைக் கண்டேன். அவர் தூக்கில் தொங்கி இறந்திருந்தார். அவர் அப்படித் தொங்கத் தொடங்கி மூன்று நாட்களாவது ஆகியிருக்கவேண்டும். இதன் அர்த்தம் என்ன? இனி என்ன நடக்கும்? ரெஃபரன்ஸ் பிரிவின் சுமையைத் தாங்க இனி யாராவது வருவார்களா? அங்கேயிருக்கும் புத்தகங்களும் இனி ஒவ்வொன்றாக வெளியே செல்லாது என்று என்ன நிச்சயம்? நான் உடனேயே ஆயுட்கால உறுப்பினர்களின் அவசரகாலக் கூட்டம் ஒன்றை கூட்டப் போகிறேன். தொடர் நடவடிக்கைகள் பற்றி அவசரமாக ஆலோசிக்க வேண்டியதிருக்கிறது. அதன் ஒரு பகுதிதான் உங்கள் முன் வைக்கும் இந்த எளிய புகார். கடவுளே, இனி என்ன நடக்க போகிறதோ?

ஜோஸப் நல்லவனின் பாவமன்னிப்பு

என் பெயர் ஜோஸப் நல்லவன். நல்லவன் என்பது என் குடும்பப் பெயர் மட்டும்தான். ஆனால் நல்லவன் என்ற பெயரின் சிறப்புகளைப் பற்றி நான் அறியவில்லை என்றும் சொல்லமுடியாது. ஜோஸப் என்ற பெயரும் கிறித்தவர்களான எங்களின் ஆன்மீக வாழ்க்கையில் மிக முக்கியமான பெயரல்லவா? சிறுவயதில் நாங்கள் சர்ச்சில் பாடியிருந்த பாடல்களின் சில வரிகளை நான் நினைத்துப் பார்க்கிறேன்.

புண்ணியனாம் யோசேப்பின்
எண்ணமில்லா குணங்கள் - புனிதக்
குழந்தை யேசுவைக் கைகளில் வைத்துக் கொள்ளுதல்
கண்ணியமாம் புண்ணியமல்லோ

குழந்தை யேசுவை ஒரு கையிலும், மற்றொரு கையில் ஆ&வ் மரக்கொம்பும் பிடித்தபடி நிரந்தரமாகப் புன்னகைத்துக் கொண்டு நின்றிருந்த யோசேப்பு பிதாவின் சிலை, சர்ச்சில் ஒரு மூலையி&ருந்த மேஜையின்மீதுதான் வைத்திருந்தார்கள். ஞாயிற்றுக்கிழமைகளில் நானும் என் நண்பர்களும் இந்த மேஜையின் கீழே உட்கார்ந்துகொண்டு, கிச்சு கிச்சு மூட்டும் சிரிப்பொ&களை அடக்கியபடி எங்களுக்குள் ரகசியமான புனிதமற்ற செயல்களைச் செய்துகொண்டிருப்போம். இந்தப் புனிதம் புனிதமற்றது இவற்றி&ருந்தெல்லாம் ஆரம்பித்திருக்க வேண்டும் என் வாழ்க்கையின் நன்மை தீமைகளின் குழப்பங்கள்.

எனக்கு இப்போது முப்பத்தைந்து வயதாகிறது. வாழ்க்கையின் பாதி நாட்களோ அல்லது அதற்கு மேலாகவோ தீர்ந்திருக்கிறது. ஒன்றும் செய்யாமல் கடந்து போயிருக்கிறது. நான் இன்னும் திருமணம்கூடச் செய்துக் கொள்ளவில்லை. அதற்கான தத்துவார்த்த எண்ணங்களும் மனதைரியமும் வரவில்லை. இன்னும் ஓட்டு போட்டதில்லை. போடுவதற்கான தீவிர உணர்வும் ஏற்படவுமில்லை. பலரையும் கொலை செய்ய வேண்டும் என்று ஆசைப்பட்டிருக்கிறேன். ஆனால் முடியுமா? அருவமாக அழகிகளின் குளியலறையில் நிற்க விரும்பியிருக்கிறேன். அது எப்படி நடக்கும்? இமயமலைக்கு பயணம் மேற்கொள்ள வேண்டுமென்று பலமுறை தீர்மானித்திருக்கிறேன். ஆனால், நேரம் கிடைக்கவில்லை. அன்னை தெரசாவுடன் சேர்ந்து சேவை செய்ய வேண்டுமென்று யோசித்திருக்கிறேன். ஆனால் மறந்து போய்க்கொண்டே யிருக்கிறது.

கடைசியாக விரும்பியது நகர வாழ்க்கையை முடித்துக்கொண்டு ஒரு மலைப்பிரதேசத்தில் மரங்களுக் கிடையே மறைந்திருக்கும் என்னுடைய வீட்டிற்குத் திரும்ப வேண்டுமென்பதுதான். ஆனால், இந்த நகரம் பெரும் அகந்தையை எனக்குத் தந்தது. அம்மாவையும் அப்பாவையும் அவர்களின் கடைசி காலத்தில் என்னால் கவனிக்க முடியாமலும் போனது. நான் அப்போதெல்லாம் என் வேலையை மட்டும் தக்கவைத்துக்கொண்டும், அப்பாவின் நோய் முற்றினால்மட்டும் விடுப்பு எடுக்கக் காத்துக் கொண்டும் இந்த அறைக்குள்ளேயே காதைக் கூர்மையாக்கிக் காத்திருக்கிறேன்.

அதனால் நகரத்தின் மிக உயரமான இந்தப் புற்றுக்குள்ளேயே நான் வாழ்கிறேன். என் அறையின் ஜன்னல் கம்பியில் நான் ஒரு கொடித்தாவரத்தைப் படர விட்டிருக்கிறேன். ஒரு 'வாட் 99' பாட்டி&ன் நீரில் நிர்வாணமான வேர்கள் படரவிட்டு நிற்கும் 'மணி ப்ளாண்டை' நான் என் வீட்டிலுள்ள மரங்களின், பூச்செடிகளின் பிரதிநிதியாகத்தான் வளர்க்கிறேன். அறைக்கதவை மூடிவிட்டுப் படுத்தால் பிறகு இதன் இலைகளுக்கு இடையில்,முன்பு ஒருமுறை என் வீட்டு மோட்டுவளையைப் பார்த்தபடி உட்கார்ந்திருந்ததுபோல, என்னால் புறவுலகம்

முழுமையும் பார்க்க முடியும். ஆனால், இது பதினாறாவது மாடியாக இருப்பதால் பார்ப்பதற்கு வேறு சில பதினாறு மாடிகளே இருந்தன.

நான் தினமும் இந்தச் செடியின் இலைகளுக்கிடையில் தொங்க விட்டிருக்கும் ஒரு கண்ணாடியைப் பார்த்தபடிதான் முகச்சவரம் செய்வது வழக்கம். இலைகளைக் கொஞ்சம் அகற்றிவிட்டு வேண்டுமானால் கீழே ஆழத்தைப் பார்க்கலாம். பொதுவாக நான் பார்ப்பதில்லை. இருபது வயது முதல் எனக்குச் சொந்தமான நோய்தான் இந்த 'வெர்டிக்கோ'.

இன்று காலையில் இலைகளுக்கிடையிலுள்ள சதுரக் கண்ணாடியில் என் முகத்தைப் பார்த்து ஆனந்தத்துடன் முகச்சவரம் செய்து கொண்டிருந்தேன். கண்ணாடியில் பார்க்கும்போது நான் பல சமயங்களில் செய்யும் பழக்கம் ஒன்றுண்டு. முகத்தை இளித்தல். உதடுகளை எவ்வளவு முடியுமோ அவ்வளவு பெரிதாக்கி அகற்றி, என் மஞ்சள் படிந்த பற்களால் மண்டையோடுவரை இளித்துக் காட்டுதல்.

மரத்துபோன மந்தகாசம்தான் என்னைக் காத்துக் கொண்டிருக்கிறது என்று நான் தினமும் எனக்குள் போதனை செய்து கொள்கிறேன். எனக்கு இடையிடையே எப்போதாவது ஜீரணக்கோளாறு வருவதுண்டு. அதனுடன் வாயிலுள்ள தோ&ல் கடுமையான வேதனை தரும் புண்களும் உண்டாகின்றன. உதடையும் கன்னத்தையும் இழுத்து விரித்து இவற்றைப் பரிசோதித்துக் கொண்டிருக்கும்போதுதான், நான் ஒருநாள் என் மண்டையோட்டைக் கண்டுபிடித்தேன் அதன் சிரிப்பில் விழுந்துவிட்டேன்.

கிறிஸ்துவர்களான எங்களுக்கு மண்டையோட்டுடன் உள்ள தொடர்பு என்பது மிக நெருக்கமானதும் ஆன்மீகமானதும் கூட. கல்வாரி என்ற மண்டையோட்டுக் குன்றில் தொடங்குகிறது இது. பின்னர் சிலுவைப் போர்களில் எங்களின் கடப்பாரைகளிலும், வாள்முனைகளிலும் உயர்த்திய எதிரிகளின் மண்டையோடு களுமாக நஷ்டமடைவதாக இருப்பினும், எத்தனை முறை புண்ணிய நகரம் பிடிக்கப்பட்டிருக்கின்றது. எங்கள் மரணத்திலும் கிறித்துவர்களான எங்களுக்கு மண்டையோடாவது மிஞ்சும்.

தீயி&ருந்து வேறு என்ன மிஞ்சும்?

நாங்களோ மண்ணோடு சேர்ந்து பெருத்த நிம்மதியோடு புல்லாகவும் பூவாகவும் உரமாகவும் இரவின் கருப்பை வெளிச்சமென்று நினைத்து நடந்து போகும் பேய் பிசாசாகவும் மாறிக் கொண்டு மெல்ல மெல்ல மழைநீரிலும் இழைந்து நகரும் புது மண்ணிலும் கரைவோம் எங்களின் மண்டையோடுகள் பின்னர் சாம்பல் குழியின் தனிமையில் எத்தனையோ இரவு பகல்கள் சூரியனின் யாத்திரைகளையும் நட்சத்திரங்கள் விழுவதையும் நிலாவில் வவ்வால்களின் நிழலாட்டங்களையும் பார்த்தபடி அர்த்தமற்றவையாக பல் இளித்துக் கொண்டு வாழும்.

இன்று காலையிலும் நான் என் மண்டையோட்டின் சிரிப்பை அற்ப நேரம் பார்த்தபடி இறந்துபோன என் அப்பாவைப் பற்றி யோசித்தேன். அப்பா இறந்து போவதற்கு ஒரு வருடம் முன்பான விடுமுறையில் வீட்டிற்குச் சென்றபோதுதான் நான் அப்பாவைக் கடைசியாகப் பார்த்தேன். என்னுடையதோ, மற்ற பிள்ளைகளுடையதோ உதவியை ஒரு போதும் எதிர்பார்த்திராத அப்பா, என்னிடம் கால் அழுத்தி விடும்படி சொன்னார். அப்பாவின் கறுத்து சுருங்கிய, நீர் கோர்த்த காலடிகளை என் வெள்ளையான கைகளில் எடுத்து நான் மெதுவாக அழுத்தினேன். இளைஞனான பிறகு நான் முதல் முதலாக அப்பாவைத் தொடுகிறேன். எனக்கு அப்பாவைப் பார்க்க வெட்கமாக இருந்தது போல அப்பாவுக்கும் என்னைப் பார்க்க வெட்கமாயிருந்தது. அப்பாவின் வேதனை மட்டுமே இடைத்தரகராக இருந்து எங்களை மீண்டும் இணைத்தது.

மீண்டும் நான் என் அப்பாவின் பின்னால் வெடி மருந்து பையையும் கொடியில் தொங்கவிட்ட பறவைகளுமாக வயல்களிலும் ஓடைக்கரையிலுமாக சச்சரித்தேன். நீரை வெட்ட உயர்ந்த வெரால்களுக்காக ஓடைகளின் அருகி&ருந்த புல்தரைகளில் நிழல்களும் காற்றும் உரசும் உடல்களுடன் காத்திருந்தேன். மலைகளுக்குப் பின்னா&ருந்த தேவாலயங்களி&ருந்து செண்டைமேளம் ஒரு மந்திர வாத்தியம் போல் உயர்ந்து கேட்டது. குளிரினால் நடுங்கியபடி அப்பாவின் பின்னால் குன்றேறி வேகமாக நடந்தேன். அப்பாவின் நீண்ட மௌனத்தின் அமைதியில் நான் மீண்டும் கேள்விகளைக்

குறைத்து ரகசிய அறிவுகளின் உடைமையானேன். அதன் சக்தி ஒரு வெள்ளப் பெருக்கு போல என்னைச் சுற்றி உயரவும் நான் மீண்டும் அன்பின், இதயத் தூய்மையின் திடப்படுத்த&ல் மூழ்கி அப்பாவின் காலடியில் அமர்ந்தேன்.

பிறகு நான் மீண்டும் இந்த நகரத்தில் இந்த உயரத்தில் வந்து ஒளிந்து கொண்டேன்.

முகத்தை ஒருபுறம் மழித்து முடித்திருந்தபோது தான் கீழே தெருவி&ருந்து தெளிவற்ற ஓசையை நான் கேட்டேன். 'மணி பிளான்ட்' டின் இலைகளை அகற்றி நான் சிரமத்துடன் எட்டி கீழே பார்த்தேன். அபத்தமாக, என் பிரியத்துக்குரிய 'வெர்டிகோ'வின் ஜாலவித்தையில், தெரு கண்களி&ருந்து தொங்கவிடப்பட்ட ஏதோ கொடிகளைப் போல பட்டெனப் பொங்கிப் பறந்து வந்து என்னை அடித்தது. கொஞ்சநேரம் கண்களை மூடியபடி நின்று மீண்டும் பார்த்தேன். பாதையில் ஒரு விபத்து ஏற்பட்டுள்ளது. விளையாட்டு பொம்மை போல ஒரு டிரக் பாதையின் நடுவில் நிற்கிறது. கீழே எறும்புகளைப் போல ஆட்கள் குனிந்து பார்க்கிறார்கள்.

இவ்வளவையும் பார்த்தவுடன் என் மூளை மீண்டும் ஆழங்களின் மந்திரவாதத்தில் சுற்றியபடி நிலையற்று விழுந்தது. டிரக்கும் தெருவும் ஜனக்கூட்டமும் எல்லா நீண்ட ஓசையுடன் ஒன்றாக உலர்ந்து என் முகத்தில் அறைந்தது. நான் உதறும் கைகளினால், ஜன்னல் கம்பிகளில் பிடித்துக் கொண்டு என் தலையைப் பின்னுக்கிழுத்தேன். பைனாக்குலர்ஸ் எடுத்துக்கொண்டு வந்தேன். நேரடியாக கீழே பார்க்கும் தைரியம் எனக்கு வரவில்லை. என் முகத்தில் ஒவ்வொன்றாக உடைந்து கொண்டிருந்த சோப்புக்குமிழ்களை வெறித்துப் பார்த்தபடி நான் யோசித்தேன். என் கடமை என்ன? இந்தச் சிகரத்தி&ருந்து கீழே இறங்கிச் சென்று உதவ வேண்டுமல்லவா?

ஒரு கிறித்துவனான என்னுடைய பொறுப்பு என்ன? என் பைபிள் புத்தகத்தில் ஒரு படமிருந்தது. ஜெரிக்கோவுக்கான இருண்ட பாதையோரத்தில் வீழ்ந்து கிடப்பவனைத் தாங்கிப் பிடித்து எழுப்பும் சமரியாக்காரனின் படம். பாதையில் அவனுடைய கோவேறு கழுதை சாந்தமாகக் காத்துநின்றது.

பைபிள் கற்றுத் தரும் பாதிரியாரிடம் வேறு சில படங்களும் இருந்தன. நல்ல பாலகனின் இதயம். கெட்ட பாலகனின் இதயம். பாதிரியார் ஒரு ஜாலவித்தைக் காரனைப்போல் இந்த இரண்டு இதயங்களையும் மாற்றி மாற்றி எங்கள் முன்னால் காட்டிக் கொண்டிருந்தார். நல்ல பாலகனின் இதயம் ஒரு சிவந்த பூசணிபோல, அவனுடைய புன்னகைக்கும் கண்களுக்குக் கீழே சுற்றும் ஒளிச் சிதறல்களுடன் தொங்கிக் கொண்டிருந்தது.

அதன் நட்ட நடுவில் யேசு கிரீடமும் அங்கியுமணிந்து செங்கோல் பிடித்து ஒரு சிம்மாசனத்தில் அமர்ந்திருந்தார். நன்றி நிறைந்த முகங்களுமாக துணிக்கொடிகள் ஏந்தியபடி ஒரு சிங்கமும் ஒரு ஆட்டுக்குட்டியும் யேசுவின் காலடியில் கிடந்திருந்தன. தேவதைகள் ஆரவாரத்துடன் அங்கு மிங்குமாகப் பறந்து சென்றன. பூந்தோட்டத்தில் பூக்கள் பூத்து நின்றன. கெட்ட பாலகனின் இதயமோ, அவனுடைய கோணல் சிரிப்பிற்கும், சுருங்கிய கண்களுக்கும் கீழே ஒரு இருண்ட சுருங்கிய பூசணிபோல் இருந்தது. கொம்பும் வாலுமுள்ள சாத்தான் கையில் திரிசூலத்துடன் தீப்பிழம்புகள் கக்கும் ஒரு நரக சிம்மாசனத்தில் இந்தப் பூசணியின் நடுவில் அமர்ந்திருந்தது. அவனைச் சுற்றி சிலந்திகளும், தேள்களும், தோகை விரித்து அகங்கரித்துக் கொண்டு ஒரு மயிலும், பாம்புகளும், பழித்துக்காட்டும் குரங்குகளும் வேறு பலவும் அலைந்து கொண்டிருந்தன. நாங்கள் நன்மை தீமைகளின் இந்த இரண்டு அருங்காட்சியகங்களிலும் வெறித்துப் பார்த்தபடி புல்லரித்துப் போய் நின்றோம்.

ஆனால், சமரியக்காரனும் அவனுடைய கோவேறு கழுதையும், தாள் கிழிந்த எங்களின் பைபிளினுள்ளே வெட்டி மரத்தடியினூடாகவும், பெருங்கலக் காடுகளின் பொந்துகளிலும் பாலை காடுகள் வழியாகவும் எங்களுடன் வந்தார்கள். சாந்தமாகக் காத்திருந்த அந்தக்கோவேறு கழுதையும் வழியோரங்களில் காணப்பட்ட வினோத வனங்களும் அவற்றில் நாங்கள் அறிந்திராத மரங்களும் கொடிகளும், தூரத்தில் ஆகாயத்தைத் தொட்டுக் கொண்டு உயர்ந்து நிற்கும் நகர உருவத்தில் விழுந்த ஏகாந்தமான பாதையின் ஒவ்வொரு வளையும் கல்&ன் குவியலும் எங்களின் மனதைப் பிடித்து கட்டின. ஜெரிக்கோவின் மங்கலாகத் தெரிந்த

மணிமாளிகைகளைப் பார்த்து நாங்கள் ரகசிய ராஜ்யங்களைப் பற்றிய கனவுகளில் முழுகினோம். எங்களின் பகல் கனவுகளில், அந்தக் கல்பாதையில் அசை போட்டுக் கொண்டிருந்த கோவேறு கழுதைக்குச் சுற்றிலும் நின்று நாங்கள் நன்மையின் தனிமையை அனுபவித்தோம்.

என்னுடைய மழிக்காத கன்னத்தின் சோப்புநுரை காய்ந்து விட்டிருந்தது. யோசனைகளின் மொத்தமாக நான் இப்படித் தீர்மானித்தேன். கீழே சென்று விபத்தில் அடிப்பட்ட ஆளுக்கு உதவலாம் இது தான் என் கடமை. ஆனால் எப்படி? இதற்கான பதில் எதுவும் எனக்குத் தோன்றவில்லை. இனி சிந்தித்து நேரத்தை வீணாக்கக் கூடாது. நான் எனக்குள் சொல்&க் கொண்டேன்.

கிறிஸ்தவனின் பொறுப்பு வேறென்ன? ஆனால் பாதி சவரம் செய்த இந்த முகத்தோடு போவதெப்படி? ஆட்கள் என்னை தப்பாக நினைக்கக் காரணமாகிவிடும். நான் ஒரு நல்லவனின் வேடத்தை வேண்டுமென்றே நடிக்கிறேன் என்று அவர்கள் கருதலாம். நான் வேகமாக கொஞ்சம் தண்ணீரை இடது கன்னத்தில் புரட்டிவிட்டு அந்தப் பக்கத்தையும் மழித்துவிட்டேன். ஓரிரண்டு இடங்களில் ரத்தம் துளிர்த்த போதும் டெட்டால் அலமாரியி&ருந்து எடுக்கப் போகும் நேரத்தை வீணாக்க வேண்டாம் என்று நினைத்து முகம் கழுவிக் கொண்டேன். வேகமாகத் துடைத்துக் கொண்டு நின்றபோது தான் பைஜாமாவைத்தான் போட்டிருக்கிறேன் என்பது நினைவு வந்தது. தெருவில் எத்தனையோ ஆட்கள் இருப்பார்கள். மேலும், மருத்துவமனைக்கோ வேறு எங்காவதோ போக வேண்டியிருந்தால்?

பைஜாமாவை அவிழ்த்துவிட்டு 'பான்ட்'டைப் போட்டுக் கொண்டேன். ஒரு துவைத்த சட்டையை அணிந்து கொண்டேன். தலைமுடியை வேகமாகச் சீவிக் கொண்டேன். ஹவாய் செருப்புக்களை அவிழ்த்துவிட்டு, அவரமாக பாதங்களில் சாக்ஸை ஏற்றி, 'ஷு' போட்டுக் கொண்டேன். நேற்று மழையில் நனைந்ததால் 'ஷு' மங்கலாகத் தெரிந்தது. இரண்டு முறை பிரஷ்ஷால் தேய்த்தேன். கதவைப் பூட்டியபின் &ப்ட்டிற்கு

அருகே நகர்ந்தபோதுதான் பணமெடுக்கவில்லையென்பது ஞாபகம் வந்தது. பல தேவைகளும் இருக்குமல்லவா? நான் திரும்பி வந்து கதவைத் திறந்து அலமாரியி&ருந்து பணமெடுத்தேன். பர்சிற்கு அருகிலேயே கைக்குட்டை இருந்தது. அதையும் எடுத்துப் பாக்கெட்டில் வைத்துக் கொண்டு கதவைப் பூட்டிவிட்டு ஓடினேன். &ப்டின் கதவில், மேலேயிருந்த எண்களில் வெளிச்சமில்லை. ஒரு கையில் பூந்துடைப்பமும் இன்னொரு கையில் ஃபினாயில் பாட்டிலுமாக தளர்வான நடையில் படிக்கட்டுகள் ஏறிவந்த ஐமேதாரணி என்னிடம், “&ப்ட் கெட்டு போச்சு ஸாப். நான் படிக்கட்டுகள் வழியாக ஏறி வந்ததில் செத்துடுவேன் போலருக்கு. நாளைக்கு கிறிஸ்துமஸ் தானே ஸாப். கிறித்துவர்களான நீங்கள் ஏதாவது தருவீர்கள் என்ற நம்பிக்கை இருக்கிறது” என்றாள்.

நான் சாவியை அவளிடம் கொடுத்தபடி, “நீ அறையைச் சுத்தம் செய்துவிட்டு பூட்டி சாவியை வாசலுக்கு மேலேயிருக்கும் இடத்தில் வச்சிடு. நான் கீழ வரைக்கும் போய்ட்டு வரேன்! என்றேன்.

‘‘விபத்து நடந்ததப் பாக்கப் போறீங்களா ஸாப்? நான் பாத்துட்டுதான் வரேன். ஒரு சக்கரம் உடம்பு மேல ஏறி இறங்கியிருக்கு. பொழக்கறது சந்தேகம்தான். எவ்ளோ இரத்தம் தெரியுமா, ஸாப்! விதிதான். சூரியன் கூட உதிக்கல. அதுக்குள்ள சாவு வந்து சேந்திடுது. வீட்டில் மனைவியும் குழந்தையும், அவன் கொண்டு வரப் போகிற பா&ல் டீ போட்டுக் குடிப்பதற்காக காத்துக்கிட்டிருங்காங்களாம்” சாவியைப் பெற்றுக் கொண்டு தலையைக் குலுக்கியபடியே என் அறைக்கு நேராக நடந்து போனாள்.

நான் யோசித்தபடி நின்றேன். பதினாறு அடுக்குகளின் படிகள் இறங்க வேண்டும். போகிற வழியில் பார்ப்பவர்கள் கேட்கின்ற கேள்விகளுக்குப் பதில் சொல்ல வேண்டும். சிரிக்க வேண்டியவர்களிடம் சிரிக்கணும். எனக்குப் பார்க்க விருப்பமில்லாத பலரும் இப்போது பால் பாட்டில்களுடன் படிகளில் மூச்சு வாங்கியபடி வந்து கொண்டிருக்கலாம். என்ன செய்யலாம்? திரும்ப வரும்போதும் &ப்ட் வேலை செய்யுமோ

என்னமோ? முப்பத்தைந்து வயதில் என் கால்முட்டிகளும், என் மூச்சு குழாய்களும் தளர்வடைய தொடங்கிவிட்டன. சுவிட்சில் மறுபடியும் அழுத்திப் பார்த்து விட்டு நான் அந்த வராந்தாவில் நீண்ட யோசனையுடன் இரண்டு மூன்று முறை நடந்தேன். ரத்தத்தில் குளித்து கிடக்கிறானாம். யாரோ தெரிய&யே? எனக்குத் தெரிஞ்சவங்களா இருப்பாங்களா? அறைக்குப் போய் பைனாக்குலர்ஸ் எடுத்து வந்து பார்க்கலாம்? வேண்டாம். அதுக்குள்ள ஆஸ்பத்திரிக்கு எடுத்துட்டுப் போயிட்டாங் கன்னா? கூடாது. என்னால் முடிந்த உதவி நான் செய்யனும். ஆபிஸ் போற நேரத்தில் &ப்ட் வேலை செய்யலைன்னா நான் இப்படி தயங்கி நிற்பேனா? வேகமாகப் படிகள் இறங்கத் தொடங்கினேன். ஒரு பக்கமிருந்த கைப்பிடிகளில் பிடித்தபடிதான் நான் இறங்கினேன்.

பத்து படிகள் இறங்கியிருப்பேன். என் விரல் வழவழப்பான ஏதோ ஒன்றில் தொட்டது. நான் திடுக்கிட்டு அப்படியே நின்றேன். கைப்பிடியில் குனிந்து பார்த்தேன். ஆமாம் நான் சந்தேகப்பட்டது தான் யாரோ மூக்கி&ருந்து கிள்ளியெடுத்துத் தேய்த்திருக்கிறார்கள்! அதைத் தொட்ட விரலை மற்ற விரல்களை விட்டு நகர்த்தி நிற்க வைத்துவிட்டு நான் மீண்டும் பார்த்தேன். ஒரு சந்தேகம் என்னை துளைத்தது. இது என்னுடையது தானோ? ஏன்னா, மூக்கில் இருந்து கிள்ளியெடுத்துத் தேய்ப்பது என்னுடைய ஒரு ரகசிய சுபாவம்தான். மேஜைக்குக் கீழேயும், பஸ்ஸில் உட்காரும் சீட்டுக்கு அடியிலும், கதவுகளின் பின்னாலும், சோபாவின் அடியிலும், நடைபாதையின் லைட் கம்பங்களிலும், சில நேரங்களில் எதாவதொரு பாத்திரத்தின் அடியிலும், சில நேரங்களில் இப்படிக் கைப்பிடிச் சுவற்றிலும் ரகசியமாக நான் என் மூக்கின் பாதி காய்ந்த அழுக்கை தடவி விடுவேன்.

சார்த்தரைப் பற்றியும், காம்யூவைப் பற்றியும் காரல் மார்க்ஸைப் பற்றியும் என் அதிகாரிகள் சொற்பொழிவாற்றும் போதும், நான் ஒரு ரகசிய சந்தோஷத்துடன் கையை மிக இயல்பாக மூக்கின் பக்கத்தில் வைத்துக் கொண்டு, உதாரணமாக, அதிகாரியின் கவனம் கறிப்பாத்திரத்தில் இருந்து, கறியை எடுப்பத்தில் திரும்பும்போது, ஒரு விரலால், மின்னல் போல

என் மூக்கில் கிள்ளிவிட்டு என் கையை தழைத்து விடுவேன். பின்னர் மற்றொரு இயல்பான நகர்த்தலுடன், உதாரணமாக, கிளாஸ் உயர்த்தும்போது, அதன் அடியில் தேய்த்து விடுவேன். பின்னர் ஒரு சந்தோஷமான புன்னகையுடன் நான் மீண்டும் பக்மின்ஸ்ட்டர் ஃபுள்ளரின் மிகப் புதிய தத்துவத்தை என்னவென்று கவனமாகக் கேட்பேன். அடுத்த கிள்ளலுக்காக கை உயர்த்துவேன். சார்த்தரின், காம்யூவின், பக்மின்ஸட்டர் புள்ளரின் முன்னால் இந்த எளிய கிறிஸ்துவன் இவ்வாறு வெற்றி அடைகிறான். படிக்கட்டுகளின் கைப்பிடிகளிலும், மற்றுமுள்ள இடங்களிலும் இவ்வளவு கம்பீரமான ஒரு வெற்றி கிடைக்கும் என்று நம்ப முடியாது. ஆனாலும் என்னுடையது மட்டுமான ஒரு ரகசிய நிமிடங்கள் எப்போதும் சந்தோஷம் தருகிறது.

இப்போது என் முன்னால் கைப்பிடியில் காணப்பட்ட கருத்த அடையாளம் என்னுடையதா அல்லது என்னைப் போன்ற ஒரு போராளியுடையதா என்று கண்டுபிடிக்க முயன்றபடி நான் அங்கே நின்றேன். யாருடையதாக இருந்தாலும் நான் என் கையைக் கழுவ வேண்டியிருக்கிறது. போரிலும் காதலிலும் எந்த வழியிலும் போகலாம். என்றாலும் வாழ்க்கை எப்போதும் போரும் காதலும் இல்லையல்லவா.

சிலவேளையில் ஒரு புதிய அழுக்கைத் துடைப்பதற்காக கை, என்னுடைய அலுவலக நாற்காலியின் அடியில் கொண்டு போகும்போது, பழைய ஒரு அழுக்கில் என் விரல் பட்டிருக்கிறது. அப்போது நான் வேகமாகச் சென்று கை கழுவி விடுவேன். இப்போது, திரும்ப அறைக்குச் சென்று கை கழுவும் செயல், என்னை வெறித்துப் பார்த்தது. ஆனால், நேரமில்லை தனிமைப் படுத்தப்பட்ட விரலை சுவற்றின் சுண்ணாம்பில் இரண்டு மூன்று முறை அழுத்தித் தேய்த்துச் சுத்தம் செய்தேன். பின்னர் கீழ் நோக்கியுள்ள என் பயணம் கைப்பிடியில் தொடாமல் தொடர்ந்தது.

தாமதிக்காமல் படிக்கட்டுகளின் நிதானமான கீழ் நோக்கியுள்ள போக்கு ஒரு பெருத்த ஆற்றைப் போல என் பாதங்களைக் குலுக்கத் தொடங்கியது. என் காலடிகள் பதறின. அவற்றின் கீழிருந்து சமயங்களில் படிகள் பின்வாங்கின.

சிலசமயம் அவை கண்களை வஞ்சித்துவிட்டு, பட்டென்று கால்களுக்குக் கீழே உயர்ந்தன. அப்படி பத்தாவது அடுக்கின் ஒரு படிக்கெட்டி&ருந்து அடுத்தற்கான திருப்பத்தில் இருந்த தரையில் நான் இல்லாத ஒரு படிக்கட்டிற்கு கால் வைத்து ஓர் அதிர்ச்சியுடன் முகம் அறைந்தபடி விழுந்தேன். உதறலெடுத்த உடம்போடு நான் படபடத்து எழுந்து நின்றேன். தலை சுற்றுவதாகத் தோன்றியது. குழையும் கால்களுடன் நான் அவற்றில் சாய்ந்து நின்று கண்களை மூடினேன் என் கண்களின் இருட்டில், கொடிய காற்றில் பதுங்கி நிற்கும் மரத்தின் தலைப்புகளைப் போல என் வாழ்க்கைப் பாதை தெளிவானது. மரணக் காற்று. சிலுவையில் அறையப்பட்டவனைப் போல, சுவற்றில் சாய்ந்து இரு கைகளும் இரு பக்கமும் நீட்டிப் பிடித்தப்படி நான் என் வேதனைகளை அனுபவித்தேன்.

ஞாபகத்தின் ஒடியும் சிகரங்களில், என் அப்பாவின் வேதனையில் வறண்ட முகம் சூரிய காந்தி போல ஒளிர்ந்தது. அடக்க முடியாத சங்கடத்துடன் முகம் பொத்தியபடி நான் என் தெய்வத்தைத் தேடினேன். பிரார்த்தனைகளுக்காக என்னுள்ளே ஆராய்ந்தேன். எதற்காகப் பிரார்த்திப்பது? மறதிக்காகப் பிரார்த்திக்கலாம். நான் முத&ல் நினைவில் கொண்டுவந்த பிரார்த்தனை இதுதான். 'என் ஆத்மாவே, கர்த்தரே ஸ்தோத்திரம் தங்களின் ஆசீர்வாதங்கள் மறக்காதீர்'. 'கர்த்தரே, நீ பாவங்களையெல்லாம் மறக்காமல் இருப்பதாக இருந்தால் யார் ரட்சிக்கப்டுவார்கள்?'

அதிகமான என் பாவங்கள்

வரிசையாக எண்ணி

விதித்துவிட வேண்டாம்.

எரியும் தீ உனக்கு முன்னால் நகர்கிறது. உன்னைச்சுற்றி கொடுங்காற்று வீசுகிறது. நிலைமை எவ்வளவு மோசம்! நான், அமைதியின்றித் தவிக்கிறேன்.

என் உதடுகள் அசுத்தமாகின்றன. அசுத்த உதடுகள் உள்ளவர்களின் மத்தியில் நான் வாழ்கிறேன். மனித வாழ்க்கை புல்&ற்கு சமமானது. வயல்பூ போல அது விரிகிறது. சுடுகாற்று

இரண்டாம் குடியேற்றம்

வீசும்போது அது வாடியும் போகிறது. அது நின்றிருந்த இடமும் மறைந்து போய்விடும். கர்த்தரை இன்று நான் நேருக்கு நேராக பார்த்த இந்த இடம் எவ்வளவு பயங்கரமானது. உன் சிலுவையின் அடையாளத்தோடும், தேவதூதர்கள் பின்னால் தொடர்ந்து வரவும் வான்மேகங்களில் நீ கண்களுக்குப் புலனாகும்போதும், சொர்க்கத்தின் கதவுகள் திறக்கப்படும்போதும், இறந்தவர்கள் புதைக்கப்பட்ட இடங்களில் இருந்து உயிர்த்தெழும் போதும் துஷ்ட ஜனங்கள் நீதிமான்களில் இருந்து வேறுபடுத்தப் படுவதுமான பயங்கரமான விதிநாளில்....

யாரோ என் தோள்களைப் பிடித்துக் குலுக்குவதை அறிந்து நான் திடுக்கிட்டுக் கண்விழித்தேன். என்ன வெக்க கேடு! என்னைச் சுற்றி ஏழெட்டுப் பேர் நிற்கிறார்கள். நான் அவரை விட்டு நகர்ந்து வெளிறிய முகத்துடன் விழித்தேன். கிறித்துவனால் செய்ய முடிந்த ஒரு உதவியைச் செய்யப் போன நான் உதவியாளர்கள் சூழ நிற்பதா? என் கன்னத்தி&ருந்து கண்ணீரின் ஈரத்தை ஒரு கையால் ரகசியமாகத் துடைத்தெறிந்துவிட்டு நான் எல்லோரையும் பார்த்து, ‘ஓ, ஏதோ ஒரு தலைசுத்தல் மாதிரி தோணிச்சு” என்றேன். எல்லோரும் தலை குலுக்கியபடி, “&ப்ட் இல்லாததால் நமக்கு உண்டாகற பிரச்னை பார்த்தீங்களா! ஒரு விண்ணப்பம் அனுப்புறதத் தவிர வேற வழியே இல்ல” என்றனர்.

நான் அந்தக் கூட்டத்தைவிட்டு விலகி வெளியே வந்தேன். மிக வேகமாக எதையும் பொருட்படுத்தாமல் படிகளில் ஓடியிறங்கினேன். தெருவில் இறங்கி அவசரமாக ஜனக்கூட்டத்தைப் பார்த்து நடந்தேன். ஒரு ஆம்புலன்ஸ் கூக்குர&ட்டவாறே என்னைக் கடந்து போனது. வழி விலக்கியபடியே கூட்டத்துக்குள் நுழைந்தது. நான் என்னுடைய நடுங்கும் கால்களின் வேகத்தைக் கூட்டினேன். கூட்டத்தின் முணுமுணுப்புகளைப் பொருட்படுத்தாமல் நான் இடித்து நுழைந்தேன். என் எதிரியான வண்டியின் கதவுகள் திறக்கப்பட்டிருந்தன. நான் இரு கைகளாலும் வழி ஏற்படுத்தி முன்னேறும்போது இரண்டு பேர் கைப்படுக்கையுடன் வண்டிக்குள்ளிருந்து இறங்கி வந்து வழியில் படுத்திருந்த

மனிதனை எடுத்துப் படுக்கையில் படுக்க வைத்து உயர்த்திப் பிடித்திருந்தனர். கடைசியாக நிகழ்ந்த ஒரு பெரிய தள்ளுமுள்ளு என்னை அந்தப் படுக்கைக்கருகில் கொண்டு சென்றது. அதன் பாதி பகுதி வண்டிக்குள்ளே சென்று விட்டிருந்தது.

என்னால் இவ்வளவுதான் செய்ய முடிந்தது. முழுவதுமாக உள்ளே செல்வதற்கு முன்பாக, பின்பக்கம் பிடித்திருந்த ஆளோடு சேர்ந்து நானும் படுக்கையைத் தொட்டேன். நான் தொட்டது அதில் படுத்திருந்த மனிதனின் பாதத்தைத் தான். அந்தக் கருத்த சுருங்கி வறண்ட இறந்த பாதங்கள் ஒரு நிமிட நேரம் என் கைக்குள்ளேயிருந்தன. வண்டியின் கதவு அடைத்துக் கொண்டது. அது கூக்குர&ட்டபடியே மீண்டும் போய் விட்டது.

அவனுடைய மரத்துபோன பாதங்களி&ருந்து உதிர்ந்த சில மண்துகள்கள் மட்டும் எங்களின் பந்தத்தின் மீதியாக என் கைகளில் ஒட்டியிருந்தது. என் வாழ்க்கையின் சாபத்தை நீங்கள் பார்த்தீர்களா? ஆனால், எதையும் செய்ய முயற்சி எடுக்கவில்லை என்று நீங்கள் சொல்வீர்களா? நாளை கிறிஸ்துமஸ்- இந்தக் கிறிஸ்துவனின் மனசாட்சிக்குச் சிறிது அமைதி தாருங்கள். இனி இந்த இரும்பு மலையின் உச்சிக்கு செல்ல வேண்டிய படிக்கட்டுகளின் எண்ணிக்கையை நினைத்தாவது என்னிடம் கருணை காட்டுங்கள். எனக்காக பிரார்த்தனை செய்யுங்கள்.

என் விளையாட்டுப் பொம்மைகள்

வேலை தேடி நடந்து களைத்து, கடைசியில் நான் ஒரு பெரிய பல்பொருள் விற்பனை அங்காடியின் மேனேஜரின் முன்னால் சென்று நின்றேன். எனக்குத் தாகமாக இருந்தது. ஒண்ணுக்கு இருக்கணும் போல இருந்தது. என் கைவிரல்கள் வேர்த்திருந்தது. நான் வேலை தேடி ஆறுமாதமாக அலைந்து கொண்டிருக்கிறேன்.

'என்ன?' மேனேஜர் தன்னுடைய கொம்பு மீசையின் ஒரு நுனியை மென்றபடியே கேட்டார். எனக்குக் கொம்பு மீசைக்காரர்களை பயமாக இருந்தாலும் அவர் மீசை நுனியை மெல்லுவதைப் பார்த்தபோது தைரியம் தோன்றியது.

'ஒரு வேலை வேண்டும்' என்றேன். கைகளைப் பின்னால் வைத்துக்கொண்டு திருகியபடியே மேனேஜரின் உதடுகள் எந்த வார்த்தைகளை உதிர்க்கப் போகிறதோவென்று யோசித்துக்கொண்டே நின்றேன்.

பத்திரிகைகளின் வேலைவாய்ப்பு விளம்பரங்களைப் படித்துவிட்டு நான் இப்படி வாய் திறக்காமல் நின்றிருக்கிறேன். அவற்றில் எதுவாக நான் மாறுவேன்? என்ன வேடம்? என்ன பகுதி? என்ன கதாபாத்திரம்? எதுவும் தெரியாது. கடைசியில் பத்திரிகையின் அனைத்துப் பக்கங்களும் என் கண் முன்னா&ருந்து மறைந்து நான் போட்டிருக்க வேண்டிய எல்லா வேடங்களும் சேர்ந்து வந்து கூட்டமாக என்னைச் சுற்றி நிற்கும்.

‘உங்களுக்கு விளையாட்டு பொம்மைகள் விருப்பமா?’ மேனேஜர் கேட்டார். வாயி&ருந்து ஏதோ ஒன்றை அவர் மெதுவாகத் துப்பினர். மீசையின் ஒரு துண்டாக இருக்கலாம். நான் திடுக்கிட்டேன். எனக்கு விளையாட்டு பொம்மைகள் மிகவும் பிடிக்கும். குழந்தைப் பருவத்தில் எனக்கு விளையாட்டு பொம்மைகள் கிடைக்கவில்லை. எப்போதாவது ஒரு பொம்மையை, வேறு ஏதாவது குழந்தையிடமிருந்து, கடன்வாங்கித்தான் விளையாடி யிருக்கிறேன். ஆனால் அவர்களோ, நான் அதைத் திரும்பக் கொடுக்கும்வரை புதையல் காக்கும் பூதங்களைப்போல என்னைப் பின் தொடர்ந்தபடி இருப்பார்கள். பெரியவனான பிறகு இப்படியான கடைகளின் ஜன்னல்களுக்குள்ளிருக்கும் அவற்றைப் பார்த்து ரசிப்பேன்.

நான் உள்ளுக்குள் ஒரு எரிச்சலுடன் ‘ஆம்’ என்றேன்.

‘சரி. விளையாட்டுப் பொருட்கள் பிரிவில் விற்பனை யாளனாக வேலை தர்றேன். என்ன சொல்ற’

மேனேஜரின் உதடுகள் இந்த வார்த்தைகளை உதிர்ப்பதை ஒரு கனவுபோலப் பார்த்தேன். அவற்றையே நான் உற்றுப் பார்த்துக் கொண்டிருந்தபோது அவை மீண்டும், ‘என்ன, உனக்கு விருப்பமா? என்றது.

‘ஆமாம், ஆமாம், விருப்பம்தான்’ என்று நான் அவசரமாகச் சொன்னேன்.

உடனே சம்பளமும் மற்றவையும் தீர்மானிக்கப் பட்டது. மறுநாள் காலை முதல் வேலைக்கு வரலாம் என்றும் சொல்லப்பட்டது. அப்போது நான் ‘பொம்மைகள் பிரிவை ஒரு முறை பார்க்கட்டுமா? என்று கேட்டேன்.

மானேஜரும் என்னுடன் வந்தார். கடையின் கடைசியில் இருந்தது பொம்மைகள் பிரிவு. விசித்திரமான பலவர்ண வெளிச்சத்தில் ஒளிந்து நின்ற ஒரு இருண்ட அறை. காற்றில் ஆடியபடி தொங்கிக் கிடக்கும் பல நிறங்களிலான பல்புகளி&ருந்து வரும் வெளிச்சம் விளக்குக் குமிழ்களின் துளைகளின் வழியாக ஒழுகியபடி வண்ணங்களாலான புள்ளிகளாகவும் ஓடைகளாகவும் அறைமுழுவதும் நிறைந்தது.

இந்த அசையும் வானவில்&ன் கீற்றுகளுக்குள் அலமாரித் தட்டுகளில் நிறைய மிருகங்களும், எந்திரங்களும், மனிதர்களும், கோமாளிகளும், பொம்மை குழந்தைகளும் அழகானதும் சுகமானதுமான ஒரு காத்திருப்பில் இருந்தன.

ரயில்களும், கார்களும், விமானங்களும், கடிகாரங்களும் கூடப் புன்னகைத்தன. கரடிகள் தாளம் கொட்டக் காத்திருந்தன. பொம்மைக் குழந்தைகள் திறந்த கண்களுடன் வேடிக்கை பார்த்தன. ஜொ&க்கும் கண்களுடன் சுற்றிப் பார்த்தபடி ஓர் அடக்கமுடியாத மந்தகாசத்துடன் நான் நின்று கொண்டிருக்க, மானேஜர் பச்சை, சிவப்பு, நீலம், மஞ்சள் நிறங்கள் விழுந்த ஒரு பெரிய பொம்மையைப் போல, அங்கே நின்று கொண்டு எனக்கான வேலையைப் பற்றி விவரித்துக் கொண்டிருந்தார். சுவரில் ஓரிடத்தில் மாட்டப்பட்டிருந்த ஒரு முழுநீளக் கண்ணாடியில் பலவண்ண பொம்மையாக நானே மாறியிருப்பதைப் பார்த்தேன்.

என் அறைக்கு வந்த பிறகுதான் தண்ணீர் குடிக்கவும், ஒண்ணுக்குப் போகவும் தோன்றியது. ஒரு கனமற்ற மனிதனைப் போல நான் படுக்கையில் விழுந்து தலையணையில் முகம் அழுத்தி அழுதேன். இரவில் நட்சத்திரங்களுக்குக் கீழே பறந்து சென்றேன். மின்மினிப் பூச்சிகளுடன் கண்ணாமூச்சி ஆடினேன்.

மறுநாள் விடிவதற்குள் கடைவாசலுக்குச் சென்று விட்டேன். வெளிச்சம் பரவுவதற்கு முன்பாகவே எழுந்து குளித்து கோயிலுக்கும் சென்று வணங்கி விட்டு வந்திருந்தேன். தெருவில் யாருமே இல்லை. கடையின் படிக்கெட்டில் ஒரு கன்றுக்குட்டி படுத்திருந்தது. நான் அதன் அருகில் உட்கார்ந்து கொண்டு, மேனேஜரை எதிர்பார்த்துக் கொண்டுடிருந்தேன். நேரம் விரைந்து கொண்டிருந்தது. பாதையில் வண்டிகளும் மனிதர்களும் அதிகரித்து வந்தனர். என் புறங்கையில் ஈரமான, சுரசுரப்பான ஏதோ ஒன்று உரசியது. கன்று என்னை நக்கிக் கொண்டிருந்தது. நான் அதன் கழுத்தைக் கட்டிப் பிடித்தபடி காத்திருப்பைத் தொடர்ந்தேன். இவ்வளவு தாமதமா இந்தக் கடையைத் திறக்கவென்று ஆச்சரியப்பட்டேன்.

பொம்மைகள் வாங்கக்கூட யாரும் காலையிலேயே

வரமாட்டார்களா? அமைதியான காலை வேளைகளில்தானே நல்ல பொருட்களை விற்பதும் வாங்குவதும் சிறப்பு? என் பொறுமை குறைந்து கொண்டே வந்தது. திடீரென இருபுறங்களிலுமிருந்து மானேஜரும் கடையின் மற்ற சிம்பந்திகளும் வந்தார்கள். அவர்கள் நீட்டி வைத்த கால்களோடு திடமாக நடந்து கடையை நெருங்கும் வேளையில் பத்து மணி சங்கு பிடிக்கத் தொடங்கியது.

பசுங்கன்று உருண்டு புரண்டு எழுந்து ஒரு அலமரலோடு நடந்து போனது. நானும் சட்டென எழுந்தேன். மானேஜருக்கு வணக்கம் சொல்&விட்டு, அவர் கடையின் பெரிய பூட்டை ஒரு தடிமனான சாவியால் திறப்பதைப் பார்த்தபடி நின்றிருந்தேன். பிறகு பக்கத்திலுள்ளவர்களை நகர்த்திவிட்டு ஷட்டரை உயர்த்த அவருக்கு உதவினேன். விற்பனைக் காரனான என் புதிய வேலையை நிறைவேற்ற அவசரப் பட்டேன்.

ஆனால், கடைக்குள்ளே சென்று பொம்மைகள் பிரிவை அடைந்து, அந்தப் பலவண்ண வெளிச்சங்கள் விழும் பொம்மைகளுடனான என் அன்பில் முழுகி அவற்றின் நடுவில் நின்றபோது என் பொறுமையெல்லாம் போயே விட்டது. ஆளே மாறிவிட்டேன். சில குறுக்கு யோசனைகள் என்னுள்ளே பொங்கிவந்தது.

எல்லாம் என்னுடைய மடத்தனம். பொருட்களை எடுத்துக் கொடுப்பவனுக்கு விற்கப்படும் பொருட்களிடம் எந்தவித விருப்பமும் கூடாது என்பது எனக்குத் தெரியுமா என்ன? இது என்னுடைய முதல் வேலைதானே. எதை விரும்பலாம் எதை விரும்பக்கூடாது என்பதெல்லாம் எனக்குப் பிறகு தானே புரிந்தது. எப்படியோ நான் முதல் நாளி&ருந்து அந்த விளையாட்டுப் பொருட்களுக்கிடையில் ஒரு மேஜையின் பின்னால் உட்கார்ந்துகொண்டு அவற்றை விற்காம &ருப்பதற்கான அனைத்து வழிகளையும் யோசிக்கத் தொடங்கினேன்.

வெளிச்சத்தின் வலைக்கண்ணிகளில் மாட்டிக்கொண்டு ஒரு காவல்பூதத்தைப் போல அங்கே அமர்ந்தபடி ஒரு பென்சில் முனையைக் கடித்தபடி குறுக்குவழிகளைச் சிந்தித்தேன். ஒரே

ஒரு பொம்மையைக்கூட விற்க எனக்கு மனம் வரவில்லை. என்ன ஆச்சரியமான விதி இது என்று யோசித்தேன். பொம்மைகளை விரும்பியவன் பொம்மைகளின் விற்பனையாளனாக ஆகியிருக்கிறேன். நான் என் விதியோடு சிறிது போராடவே முடிவு செய்தேன். நானொரு அப்பாவி யென்றாலும், கொம்பு மீசைக்காரர்களைப் பயமாயிருந்தாலும் எனக்குப் பிரியமான விஷயத்தில் ஊன்றி நிற்கத் தெரியும்.

முத&லேயே நான் என் மேஜையையும், நாற்கா&யையும் சிறிது பின்னால் உள்ள நிழல்களுக்குள் போட்டேன். யாராவது பார்வையாளர்கள் அறைக்குள் நுழைவதைப் பார்த்தால் நான் அந்த மேஜைக்குப் பின்னால் இருட்டில் ஒளிந்து கொள்வேன். அங்கே அசையாமல் நிசப்தனாக, மூச்சுவிடக் கூட மறந்து, சுருட்டிக்கொண்டு அமர்ந்து, வாங்க வருபவர்கள் அறைக்குள்ளே சுற்றி நடந்து என் பொம்மைகளைக் கண்களால் நோட்டமிடுவதைப் பார்ப்பேன். ஒவ்வொரு பொம்மையாகக் கையிலெடுத்து விலையைத் தெரிந்துகொள்ள அவர்கள் என்னைத் தேடுவார்கள். நான் நிழல்களுக்குள் அவர்களை உற்றுப் பார்த்தபடி அமர்ந்திருப்பேன். அவர்கள் ஏதாவது கேட்டால் நான் அசைய மாட்டேன். இரண்டாவது அல்லது மூன்றாவது முறை உரக்க அழைத்தால் மட்டும் எங்கேயிருந்தோ அவசரமாக வருவதுபோல அவர்களின் பக்கத்தில் வருவேன். பலரும் முத&ல் பதில் வராமல் போகும்போது பொம்மையை திரும்ப வைத்துவிட்டு அடுத்த பிரிவிற்குச் சென்று விடுவார்கள். நானொரு பெருமூச்சை விடுவேன்.

வாங்க முடிவு செய்தவர்களிடம் நான் வேறு சில தந்திரங்கள் பிரயோகித்தேன். அவர் விருப்பத்தோடு எடுக்கும் ஒவ்வொரு பொம்மையிலும் ஏதாவது ஒரு குறையை அலட்சியமாக நான் சுட்டிக் காட்டுவேன். 'இந்தக் கம்பெனிக்காரர்களின் பொருட்கள் அவ்வளவு நல்லதல்ல. சார் நீங்கள் பார்த்து எடுங்கள்' என்றெல்லாம் சொல்வேன். அதன் பிறகும் வாங்கத் தீர்மானிப்பவரோடு நான் என் கடைசி சூத்திரம் பிரயோகிப்பேன். விலையைக் கூட்டிச் சொல்வேன்.

ஆனால், என் நிஜமான எதிரிகள் குழந்தைகளே. அவர்கள்

நிழல்களுக்குள் நுழைந்து வந்து என்னைக் கண்டுபிடித்தனர். வீணான பொருள் என்பதோ, விலை கூடுதல் என்பதோ அவர்களுக்கு ஒரு பொருட்டாகவே இல்லை. அவர்கள் என்னுடைய பிரிவை நோக்கி அம்மா அப்பாவுடனோ அல்லது தனியாகவோ வரும்போது என் இதயம் உரக்கச் சத்தமிடும். நான் புதையலாக பத்திரப்படுத்தி வைத்திருக்கும் ஒவ்வொரு பொம்மையிலும் அவர்களின் கைகள் தடவிச் சென்றன. அவற்றை வெளியே எடுத்து உருட்டவும், சாவி கொடுக்கவும், கட்டிப் பிடிக்கவும் செய்தார்கள். நான் அவர்களை ரகசியமாக கண் உருட்டி பயமுறுத்துவதும், திட்டுவதும், விளையாட்டு பொம்மைகள் கெட்டு போயிடும் என்று சொல்& அவற்றைப் பிடுங்கி அலமாரியில் வைப்பேன். ஆனால் அவர்களின் ஒவ்வொரு வரவிலும் போக்கிலும் ஷெல்பி&ருந்த என் பிரியமான நண்பர்கள் ஒவ்வொருவராகக் காணாமல் போனார்கள்.

நான் வெற்றிகரமாகப் பயப்படுத்தி ஓட வைத்தது ஒரு குழந்தையை மட்டும்தான். திடீரென அவன் இருட்டின் தோன்றி என் கையைப் பிடித்து இழுத்தான். நான் நடுங்கிவிட்டேன். நான் என் மூலையில் அமர்ந்து அறை முழுவதும் வண்ண வெளிச்சங்களின் அலைகள் அடித்தபடி நகர்வதைப் பார்த்தவாறே ரசித்துக் கொண்டிருந்தேன். அவன் அறைக்குள் வந்ததையும் என் அருகே நெருங்கியதையும் கவனிக்கவில்லை. அவனுடைய திடீரென்ற பிடியில் நடுங்கிப் போனேன்.

கெட்ட கனவு கண்டு பயந்து எழுந்தவனைப் போல என் இதயம் படபடவெனத் துடித்தது. என்னை மூச்சு முட்ட வைத்தபடி கோபமும் பயமும் எனக்குள் எழும்பியது. ஆனால், நான் அசையவில்லை. சத்தமெழுப்பவுமில்லை. ஒரு சிலையைப்போல பாதி மூடிய கண்களுடன் அங்கேயே உட்கார்ந்தேன். அவன் மேலும் ஓரிரண்டு முறை என் சட்டையைப் பிடித்து இழுத்தான். ‘அந்த சர்க்கஸ் செய்யற கொரங்கு எடுத்து காமிக்கறீங்களா?’ என்று கேட்டான். நான் அசையவில்லை. அவன் சிறிது நகர்ந்து நின்று என்னை அதிசயத்தோடு பார்ப்பதை பாதி மூடிய கண்களின் வழியாகப் பார்த்தேன்.

திடீரென அவன் ஷெல்பை நோக்கி ஓடினான். கீழேயிருந்த அடுக்கில் ஏறி நின்று கொண்டு குரங்கை எடுத்துக் கொண்டு என்னருகே வந்தான். நான் காத்துக் கொண்டிருந்தேன். அவன் பக்கத்தில் நெருங்கினான் - விலை கேட்பதற்காக இருக்கலாம். என்னைத் தொட்டதும் நான் பிசாசு போன்ற ஒரு அலறலுடன் நாற்கா&யி&ருந்து ஒரு பிணத்தைப் போல கீழே புரண்டு விழுந்து அசையாமல் கிடந்தேன். ஒரு நிமிடம் திறந்த வாயுடன் அவன் மரத்துபோய் நின்றான். பின்னர் ஒரு நீண்ட அலறலுடன் குரங்கைக் கீழே போட்டுவிட்டு அங்கேயிருந்து ஓடினான். கடையின் பிரதானக் கதவில் இடித்து விழுந்து அதைத் தள்ளித் திறந்து அவன் தெருவில் மறைந்து போனான். என் அதிர்ஷ்டம் அவனோட அம்மா அப்பா அவன்கூட இல்லாமல் இருந்தது. மேனேஜரும் மற்றவர்களும் ஓடி வந்தபோது, 'என்னன்னு தெரியல. எதையோ பார்த்து பயந்து ஓடியிருக்கிறான்' என்றேன். என் பிணத்தைப் பார்த்துதான் அந்த எதிரி கத்தினான் என்பதையோ, என் மரண நாடகம் கண்டு கலங்கித்தான் என் எதிராளி தோற்று ஓடினான் என்பதையோ அவர்கள் எப்படி அறிவார்கள்?

இப்படிப்பட்ட போராட்டங்கள், பின்வாங்கல்கள், தப்பித்தல்கள் இவற்றினூடாகத்தான் என் வேலைநாட்கள் நகர்ந்தன. காலையில் வந்தவுடனும் மதிய உணவு இடைவேளையிலும் கையில் தூசுதட்டும் துணியுடன் பொம்மைகளின் நடுவில் இறங்கிவிடுவேன். இவைதான் என்னுடைய நிமிஷங்கள். தூசு தட்டுவதாக நடித்துக்கொண்டே ஒவ்வொரு பொம்மையையும் கையிலெடுத்துக் கொஞ்சினேன். கார்களுக்கும் விமானங்களுக்கும் சாவி கொடுத்து ஓட வைத்தேன். ரயில்களை பாலங்கள் வழியாக உருட்டினேன். கரடிகளை தாளம் கொட்ட வைத்தேன். சர்க்கஸ் குரங்குகள் குட்டிகரணம் போடுவதை ரசித்தேன். பொம்மைகளை எடுத்து அவற்றின் கண்களைப் பார்த்துப் புன்னகைத்தேன். படைவீரர்களை அணிவகுக்க வைத்தேன். நான் ஒரு விளையாட்டுப் பொம்மையி&ருந்து மற்றொன்றிற்கு ஒரு பட்டாம்பூச்சியைப் போலப் பறந்தேன். மதிய உணவிற்கு வெளியே போகாமல் இருக்கத் தொடங்கினேன். காலையில் டிபன் சாப்பிட்ட கடையிலேயே மதிய உணவையும்

பொட்டலமாகக் கட்டி எடுத்து வந்தேன். அதைச் சாப்பிட்டுவிட்டு அங்கேயே என் காவலைத் தொடர்ந்தேன்.

ஒரு நாள் மதிய இடைவேளையில் வேறு பிரிவுகளுக்குச் சென்று பார்க்க வேண்டும் என்று தோன்றியது. நான் ஒரு முறை கூட அங்கேயெல்லாம் சென்றதில்லை.பொம்மைகள் பிரிவின் கதவைத் தாழிட்டு பூட்டி விட்டுத்தான் சென்றேன். துணிவகைகள், சமையலறைப் பொருட்கள், இயந்திரங்கள், மருந்துகள் என இப்படி நீண்டு போனது இந்தப் பிரிவுகள். ஒரு நிமிடம்கூட அங்கே நிற்கப் பிடிக்கவில்லை எனக்கு. ஒரு பெரிய பயமும் தனிமையும் தோன்றியது. அவசர அவசரமாக எங்கேயோ போகும் பாதசாரியைப் போல அவற்றை அங்குமிங்குமாக எட்டிப் பார்த்துவிட்டு நான் என்னுடைய சொந்த இடத்திற்கே திரும்ப ஓடினேன்.

இடைவேளை முடிந்து கடையின் முன்வாசல் திறந்து விட்டிருந்தது என்பதை நான் அறியவில்லை. வராந்தா வழியாக நான் மூச்சிரைக்க வந்தபோது பூட்டப்பட்டிருந்த என் பிரிவின் முன்னால் ஒரு கூட்டமாகக் குழந்தைகள் காத்துக் கொண்டிருப்பதையே நான் பார்த்தேன். ஒன்றிரண்டு பேரல்ல. பெரிய கூட்டம். கண்ணாடிக் கதவுகள் வழியாக ஒளிந்து நின்று பார்த்தபடி அவர்கள் என் பிரிவை வளைத்து விட்டிருந்தனர். அந்த பயங்கரமான கூட்டத்தி&ருந்து ஒரு கூச்சல் என்னைப் பார்த்தவுடன் எழுந்தது. ஒன்றாக என்னைத் திரும்பிப் பார்த்தபடி, கையைச் சுட்டிக் காண்பித்தபடி, அவர்கள் எனக்கும் என் விளையாட்டுப் பொருட்களுக்கும் இடையில் நின்றனர்.

ஏதோ ராட்சசக் கரங்களால் நிறுத்தப்பட்டவனைப் போல நான் அந்த வராந்தாவில் மரத்து நின்று குளவிகளைப் போல என் பிரிவைச் சுற்றிக் கூடி நின்ற கூட்டத்தைப் பார்த்தேன். எனக்கும் அவர்களுக்கும் இடையில் இந்தச் சிறிய அடி தூரம் எனக்கு ஒரு பாதாளம் போலத் தோன்றியது. அதன் மறுகரைக்குக் கடந்து சென்று அந்தப் பூட்டைத் திறந்து என்னுடையது மட்டுமான அந்த ராஜ்ஜியத்திற்கு அந்த எதிரிக் கூட்டத்தை உள்ளே விடத் தீர்மானிப்பதற்கான சக்தி எனக்கு ஏற்படவில்லை. என் ஆடை வேர்வையில் உடம்போடு ஒட்டிக் கொண்டது.

நான் மூச்சு விடுகிறேனா என்பதுகூட எனக்குச் சந்தேகமாக இருந்தது. எனக்கு ஒன்றுதான் செய்யத் தோன்றியது. என் சட்டைப்பையில் இருந்த சாவியை இறுகப்பிடித்துக் கொண்டு நான் பின்னால் திரும்பி ஒரே ஓட்டமாக ஓடினேன்.

'நீங்க என்ன செய்யறீங்க?' பின்னா&ருந்து மேனேஜரின் சத்தம் உயர்ந்தது. சுற்றுலா பயணிகளாக வந்திருந்த அந்தக் குழந்தைகளைக் கடைக்கு அழைத்துக் கொண்டு வந்ததே மேனேஜர்தான். நான் அவரை கவனிக்கவில்லை. அவர் என் பின்னால் ஓடிவரும் காலடியோசையை நான் கேட்டேன். வேட்டையாடப்படும் ஒரு மிருகத்தைப் போல நான் அலமாரிகள், மேஜைகள், பரப்பிவைத்த விற்பனைப் பொருட்கள் என எல்லாவற்றையும் தாண்டி குதித்துக் கடந்து அந்தப் பெரிய கடையின் உள்ளே திரும்பியும் வளைந்தும் ஓடினேன். இப்படிப்பட்ட பிரிவுகள்கூட இருக்குமோ என்று சந்தேகம்கூட இல்லாத சில பகுதிகள் வழியாக நான் ஆச்சரியப்பட்டபடியே பாய்ந்து சென்றேன். இவ்ளோ பெரிசா நான் வேலை செய்யும் இந்தக் கடை அப்படின்னா மேனேஜர் ஒரு பெரிய ஆளா இருக்கணும். அவருடைய மூச்சிரைப்புகள் எனக்குப் பின்னால் உயர்ந்து கேட்டது. ஓடுவதை நிறுத்தி விடலாமா என்று நான் யோசித்தேன். ஆனால், என் கால்கள் ஓடிக்கொண்டேயிருந்தன. நான் ஒரு முறை திரும்பிப் பார்த்தபோது கடைவேலையாட்கள், பார்வையாளர்கள் எனக் கூட்டமாக மேனேஜரின் பின்னால் ஓடி நெருங்குவதைக் கண்டேன். கடையின் நீளத்தை அதிகரிப்பதற்காகச் சுவரை உடைத்திருந்த ஓர் இடத்தில் கடைசியில் ஒரு பெரிய பள்ளம் மட்டுமே இருந்தது.

எனக்கு சாகணும்னு தோணல. ஏதாவதொரு விதத்தில் மீண்டும் என் விளையாட்டுப் பொருட்களுக்கு அருகில் செல்வதுதான் என் தேவை. அதனால் வேர்வையில் குளித்தபடி மேனேஜரைப் பார்த்துக் கொண்டு அங்கேயே நின்றேன். அவர் பின்னால் ஒரு பெருங்கூட்டத்துடன் ஒரு தளர்ச்சியுற்ற ராட்சசனைப் போல என்னைப் பார்த்து நின்றார். ஓரிரு முறை எதையோ கேட்பதற்காக வாயைத் திறந்தபோது111ம் சத்தம் மேலெழவில்லை. நான் மிகச் சாதாரணமாக என் கையை உயர்த்திக் கொண்டு அவரைப் பார்த்து, 'சலாம் சார்' என்றேன்.

கடைசியில் இரைப்புகளுக்கிடையே ஒரு இரைச்சல் போல அவர், 'என்ன முட்டாள்தனம் நீங்க செய்தீங்க?' என்று கேட்டார்.

இருபுறமும் ஊசிமுனைகள் போல வளைந்து உயர்ந்த கொம்புமீசை முழுவதும் வேர்வையில் நனைந்து இருந்தது. அதன் வலது முனையைப் பிடிப்பதற்கு மேனேஜரின் உதடுகள் மீண்டும் மீண்டும் முயன்று தோற்றன. அவை வெற்றி பெறுமா என்பதைப் பார்த்தபடி நான் நின்றிருந்தேன். பட்டென அவை மிகச் சத்தமாக அலறின, 'உங்களுக்குக் காது கேக்கலையா? நீங்க எதுக்கு ஓடினீங்க?' உதடுகள் மீசையின் முனையைப் பிடித்து பற்களுக்கிடையே கொண்டு சேர்ந்தது.

'மன்னிக்கணும் சார், திடீரென ஒரு பயம்போலத் தோன்றியது. எனக்கு நிறைய மனவேதனைகள் இருக்கு. என்னென்னவோ கஷ்டங்கள். அப்படி பலமில்லாமல் போனதால் நிகழ்ந்துவிட்டது. இதோ, சாவி சார் ' நான் அவருக்கருகில் சென்று சாவியை அவரிடம் கொடுத்தேன்.

அங்கே கூடியிருந்தவர்கள் எனக்கும் மேனேஜருக்கும் வழிவிட்டு நின்றனர். அவருடைய அழுத்தமான காலடியை நான் பின் தொடர்ந்தேன். எங்களுக்குப் பின்னால் வந்தவர்களையெல்லாம் அவரின் ஒரு பார்வை பின்னோக்கிச் செல்ல வைத்தது. என்னுடைய பிரிவிற்கு முன்னால் கூட்டமாக நின்றிருந்த அந்த பயங்கரம் எப்போதோ சிதறிப் போய் விட்டிருந்தது. கடைசியில் என் காவல் இடத்தின் வாசலைத் திறந்து அதனுள்ளிருந்த விசித்திர வெளிச்சங்களில் குளித்து உருவம் மாறி நாங்கள் இருவரும் பரஸ்பரம் பார்த்தபடி நின்றோம்.

'நீங்கள் ஒரு அபாயகரமான மனிதராக இருக்கிறீர்களே?' மேனேஜரின் உதடுகள் முணுமுணுத்தன.

'இல்லை சார். நான் ஒரு பாவமானவன். இன்று இப்படி நடந்து விட்டது' என்றேன். மேனேஜர் என் பக்கத்தில் வந்து என் கண்களைப் பார்த்தார். அந்தக் கொம்பு மீசையின் முனைகள் என்னைத் தொட்டும் தொடாமலும் நின்றன.

'உங்களுக்கு விளையாட்டுச் சாமான்கள் ரொம்பப் புடிக்கும், இல்லையா?'

'ஹேய். அதெல்லாமில்ல சார் நீங்க வேலை தந்த அன்று நான் அப்படி சும்மா சொன்னேன். எனக்கு எல்லாம் விருப்பம்தான். நான் சும்மா பொருட்களை எடுத்து கொடுப்பதற்காக நின்றிருப்பவன் மட்டும் தானே.'

'நீங்க, எந்தப் பொருளையும் வீட்டுக்குக் கொண்டு போகவில்லையே? இல்ல, நான் ஸ்டாக் பாக்கட்டுமா?'

எவ்வளவோ உத்வேகமான விருப்பம் எனக்கு இருந்திருந்தது, சாயந்திரம் ஒரு பொம்மையைக் கொண்டு போகவேண்டுமென்று. ஆனால், எதனாலோ திருட எனக்கு மனசு வந்திருக்கவில்லை. கடையைப் பூட்டும் சந்தர்ப்பங்களில் ஒரு பெரிய மனப்போராட்டமாக இருந்தது. இந்தச் சிந்தனையும் அதன் ஒதுக்குதலும். அதனால் நான் தைரியமாகவும் உண்மையாகவும் அவரிடம், 'சார் ஸ்டாக் எடுத்துப் பாத்துக்குங்க. நான் ஒரு துண்டு காகிதம்கூட இங்கேயிருந்து எடுத்தது கிடையாது' என்றேன்.

'உங்களை நான் நம்புகிறேன். ஆனால் இன்றுமுதல் நான் உங்களை இந்தப் பிரிவி&ருந்து இடம் மாற்றுகிறேன். நீங்கள் விளையாட்டுப் பொருட்கள் இல்லாமல் வாழக் கத்துக்கணும். எங்களால நஷ்டத்தை சகிக்சுக்க முடியாது. இனி நீங்கள் இயந்திரங்கள் விற்பனைப் பிரிவில் வேலை செய்தால் போதும்'

ஒரு ஜீவனுள்ள பிணம்போல நான் என்னை உணர்ந்தேன். என்னைச் சுற்றியிருந்த என் உலகம் இடிந்து விழுந்தது. மேனேஜரின் கால்களில் விழுந்து கெஞ்சினால் என்ன என்று நான் யோசித்தேன். ஆனால் அது செயற்கையாகத் தோன்றுமே என்று நினைத்தேன். மிக நாடகத்தனமான ஒரு செயலாக இருக்கும். அதுக்கு பதிலாக இப்படிச் சொல்லலாமா என்று யோசித்தேன். 'மேனேஜரே, நான் ஒரு உயர்ந்த குடும்பத்தில் பிறந்தவன். என் முன்னோர்கள் மிகப் பிரபலம் வாய்ந்தவர்கள். அவர்களுக்கு மகாராஜா, பதவிகளும் உரிமைகளும் கொடுத்திருந்தார். நெல்லுறை, அம்பாடி, ஆர்ப்பு, ஆலவட்டம்,

யானைசவாரி, கங்கணம், கால்தளை, குரவை, குதிரை சவாரி, குழல், கொடி, தழக்குடை, செண்டை, தபேர், பட்டுவேட்டி, பகல்விளக்கு, படிப்புரை, பல்லக்கு, பஞ்ச வாத்தியம், மிதியடி, ராஜபோகம், தொங்கல், தோரணம், வேட்டை இவற்றையெல்லாம் அவர்கள் அனுபவித்திருக்கிறார்கள். என் காலம் வருவதற்குள் நாங்கள் அனுபவிப்பது வேதனை மட்டுமே. விளையாட்டுப் பொருட்களுடன் நான் ஏதோ ஒரு சந்தோஷத்தை அனுபவிக்கிறேன். என்னை அவற்றிடமிருந்து பிரித்து விடாதீர்கள்.'

ஆனால், 'சார், இனி நான் எந்தத் தவறும் செய்ய மாட்டேன். என்னை இங்கேயே தொடர்ந்து வேலை செய்ய நீங்கள் அனுமதிக்க வேண்டும்' என்றுதான் சொன்னேன்.

'முடியாது'. நிழ&ல் இருந்த என் மேஜையின் பின்னா&ருந்த நாற்கா&யில் அமர்ந்தபடி மேனேஜர் சொன்னார். 'உங்களுக்கு வேலை வேண்டுமென்றால் அந்தப் பகுதிக்குப் போய் விடுங்கள்.'

மேனேஜரைப் பார்க்கவே முடியவில்லை. நிழல்களில் இருந்து வெளியேறிய சப்தம் மட்டுமாக இருந்தார் அவர். என் மறைவிடத்தில் ஏறியிருக்கும் ஓர் அன்னியன். என்ன பத்திரமாக இருந்தது என் மறைவிடம் என்று எனக்குப் புரிந்தது. விளையாட்டு பொம்மைகள் இருந்த அலமாரித் தட்டுகளை கண்ணீரொழுகக் கடைசியாக ஒருமுறை பார்த்துவிட்டு நான் வெளியே வந்தேன்.

'நில்லுங்க' மேனேஜரின் குரல் உள்ளேயிருந்து கேட்டது. நான் திரும்பிப் பார்த்தேன். எனக்கு என் பகுதியை சரியாகப் பார்க்க முடியவில்லை. மேனேஜர் அதனுள்ளே அதிக வெளிச்சமான ஒரு லைட்டை போட்டு விட்டிருந்தார். வண்ணங்கள், நிழல்கள் விளையாட்டுப் பொருள்களில் பரவிச் சென்ற வானவில் கீற்றுகள் என எல்லாம் மறைந்து போயிருந்தன. ஒரு வெள்ளை வெளிச்சம் எல்லாவற்றையும் சூழ்ந்து கொண்டது. அந்த நிழல்கள் அற்ற வெளிச்சத்தால் என் பொம்மைகள் எல்லா உதவிகளும் பறிக்கப்பட்ட பாதையோர அகதிகளைப் போலக் கதியற்று நின்றன. ஒரு தீப்பிடித்த வீட்டைப் பார்ப்பது போல நான்

வெளிச்சத்தில் விறைந்து நின்ற அந்த அறையைப் பார்த்தேன். அங்கேயிருந்து நிழல்கள் இல்லாத ஒரு உருவத்தைப் போல மேனேஜர் இறங்கி வந்து கொண்டிருந்தார். அவரின் நீட்டிய கையில் ஒரு பொம்மை இருந்தது. சர்க்கஸ் செய்யும் குரங்கு.

'இதோ, இது உங்களுக்குத் தான்' என்றார் மேனேஜர். என்னால் அதை மறுக்க முடியவில்லை. நான் அந்த பொம்மையை வாங்கியபடியே, 'ஒன்றை மட்டும் சம்மதிப்பீர்களா, சார். அதோ அந்த விளக்கை மட்டும் அணைத்துவிடச் சம்மதிப்பீர்களா?' என்றேன்.

'ஓ, அணைக்கலாமே'

சிறிது நேரம் தேடியும் இதுநாள் வரை நான் பார்த்தேயிராத அந்த சுவிட்சை என்னால் பார்க்க முடியவில்லை. மேனேஜர் உள்ளே வந்து ஒரு அலமாரியின் பின்னால் இருந்த சுவிட்சை அணைத்தார். முழுமையான ஒரு இருட்டு எங்களைச் சூழ்ந்தது. நான் மேனேஜரின் கொம்பு மீசையை இரு கைகளாலும் பிடித்தபடி அவருடைய உதடுகளில் ஒரு முத்தம் கொடுத்தேன். வெட்கத்தோடு ஒரு சத்தம் உண்டாக்கியபடி அவர் என்னுடைய கைகளி&ருந்து நழுவி நகர்ந்தார். பிறகு கதவைத் திறந்து வெளியேறி வராந்தாவில் நடந்து போனார். அந்த இருட்டில் ஒரு நிமிடம் நின்றபிறகு வெளியே வந்து செல்லும் உருவத்திற்குப் பின்னால் நான் இயந்திரங்களின் பிரிவிற்கு நடந்தேன்.

ஒரு நாளுக்கான வேலை.

செல்வி ஆனி வர்க்கி
ஹோம் நர்ஸ்
மைலாடும் குன்று வீடு,
குருவாயூர் (அஞ்சல்)

அன்பான ஆனி,

என் விளம்பரம் தொடர்பாகத் தாங்கள் தகவல் கேட்டு அனுப்பிய கடிதத்திற்கு நன்றி. வேலையைப் பொறுத்து கீழ்க்காணும் விபரங்களைத் தருவதில் மகிழ்ச்சி யடைகின்றேன்.

1. எர்ணாகுளம் வைட்டிலயில் 'ஹெவன்ஸ் கிப்ட்' அபார்ட்மென்டின் 702ஆம் எண் பிளாட்லதான் நாங்கள் (இப்போது எங்களுடைய அம்மா மட்டும்) வசிக்கிறோம். நானும் என் மனைவியும் பத்து வருடங்களாக டெஹ்ரானில் இருக்கிறோம். எங்களுக்கு இரண்டு குழந்தைகள். நிஷா ஒன்பது வயது. நிக்கி ஆறு வயது. என் மனைவியின் பெயரும் ஆனிதான்.

2. நாங்கள் இருண்டு வருடங்களுக்கு ஒருமுறை மட்டுமே இந்தியாவிற்கு வருவோம். இந்தமுறை ஆகஸ்டு 15 முதல் செப்டம்பர் 14 வரைதான் எங்களுக்கு விடுமுறை உள்ளது. திரும்பப் போவதற்குள் அம்மாவிற்கு ஒரு ஹோம் நர்சை ஏற்பாடு செய்ய வேண்டுமென்பது எங்களின் விருப்பம்.

3. பிளாட்டின் வசதிகள்: நான்கு படுக்கையறைகளும் எல்லாவித நவீன வசதிகளும் கொண்ட பிளாட் இது. ஒவ்வொரு படுக்கையறையிலும் டி.வி. செட் இருப்பதோடு அம்மாவிற்காகத் தனியாக டிஜிடல் ஹோம் தியேட்டரும் உள்ளது. அம்மாவின் அறை குளிர்சாதன வசதி செய்யப்பட்டுள்ளது. ஏ.ஸி. காண்டஸா காரும், டிரைவரும் உண்டு. சமையல் செய்ய ஒரு பெண்மணியும் (அம்மு அம்மாள்) மற்ற வீட்டுத் தேவைகளுக்கு இரண்டு வேலைக்காரர்களும் இருக்கிறார்கள் (தங்கம்மா, மணியன்), அம்மாவிற்கு உதவுவதற்காக ஒரு பெண் (சோசாம்மா) இருக்கிறாள். அம்மாவின் அறைக்கு அடுத்திருக்கும் படுக்கையறை ஹோம் நர்சிற்கானது.

4. ஹோம் நர்சின் சம்பளமும் சலுகைகளும்: சம்பளம்: மாதம் ரூ. 300/- உணவும் தங்கமிடமும் இலவசம். வருடத்திற்கு ஒருமுறை 2 வார விடுமுறை. ஆனால், பதிலுக்கு ஒரு நர்சை எங்களுடைய அனுமதியுடன் ஏற்பாடு செய்த பிறகுதான் விடுப்பில் போக முடியும். வேலை நேரம் ஒவ்வொரு நாளும் 24 மணிநேரமும். ஆனால் சோசாம்மாவிடம் முன்னரே சொல்லிவிட்டு ஞாயிற்றுக்கிழமை ஆறுமணி நேரமும் வேறு ஏதாவது ஒரு நாள் மூன்று மணி நேரமும் வெளியே போகலாம். ஹோம் நர்சிற்குப் பார்வையாளர்கள் அனுமதி கிடையாது. டெலிபோன் வசதி அம்மாவின் தேவைகளுக்கு மட்டுமேயானது. கார் வீட்டுத் தேவைகளுக்கு மட்டுமே பயன்படுத்தப்பட வேண்டும்.

5. அம்மாவின் பெயர்: எலிசபெத் கோரா பிலிப். ஏலிக்குட்டி என்றும் அழைப்பார்கள். அம்மம்மா என்றோ அம்மச்சி என்றோ ஹோம் நர்ஸ் அழைக்கலாம்.

6. அம்மாவின் வயது 86. உயரம் 54". எடை 47 கிலோகிராம்.

7. உடல்நிலை: நடக்க முடியாவிட்டாலும் கேள்வித் திறனிலோ, பார்வைத் திறனிலோ குறை ஒன்றும் இல்லை. குறிப்பிடும்படியான வியாதியொன்றும் இல்லை. வியாதி ஒன்றும் வராமல் கவனித்துக் கொள்ள வேண்டியதுதான் ஹோம் நர்சின் தலையாய பொறுப்புகளில் ஒன்று.

8. ஞாபகம்: பல நேரங்களில் குறைவது.

9. அம்மாவுக்கும் எனக்குமான உறவுநிலை: அம்மாவின் ஆறு குழந்தைகளில் கடைக்குட்டி நான். என்னுடைய ஒரு சகோதரி திருமணம் முடித்து அமெரிக்காவில் ப்ளோரிடாவில் வாழ்கிறாள். இன்னொரு சகோதரி கன்னியாஸ்தீரியாகவும், இமாலயத்தின் தேஹ்ரி கத்வார் பிரதேசத்தில் ஒரு பள்ளிக் கூடத்தின் தலைமையாசிரியையுமாக இருக்கிறாள். எல்லோருக்கும் பெரிய அண்ணன் எகிப்தில் அலெக்ஸாண்ரியாவில் என்ஜினியர். இரண்டாவது அண்ணன் ஆப்ரிக்காவின் எரிட்ரியாவில் ஊழியம் செய்யும் பாதிரியார். மூன்றாமவர் சுவிட்சர்லாந்தின் சூரிக்கில் பல்கலைக்கழக நூலகத்தில் உயர்பதவியில் இருக்கிறார். எங்கள் அப்பா இறந்து 11 வருடங்களாகிறது. எனக்கு அம்மாவிடமும் அம்மாவிற்கு என்னிடமும் அளவற்ற நேசமுண்டு. கடைக்குட்டியான என்னை அம்மா மிகவும் செல்லமாக வளர்த்தாள். எங்களின் மதிப்பிட முடியாத சொத்து அவளே. எல்லோருக்குமாக நான்தான் அம்மாவைக் கவனித்துக் கொள்ளும் பொறுப்பை ஏற்றுக் கொண்டிருக்கிறேன். என் மனைவியும் குழந்தைகளும் இந்த விஷயத்தில் முழு ஒத்துழைப்பு தருகின்றனர்.

10. இனி, அம்மாவைப் பராமரிக்கும் முறை பற்றிச் சில விளக்கங்கள்:

காலை 9 மணி : அம்மாவை மென்மையான குரலில் அழைத்து எழுப்ப வேண்டும். உலுக்கி எழுப்பக் கூடாது. அதற்கு பதிலாக உள்ளங்கையிலோ, நெற்றியிலோ மிருதுவாகத் தடவிக் கொடுக்க வேண்டும். விழித்த பிறகு அம்மா நர்சைப் புரிந்து கொள்ளும்போது புன்னகையுடன் எதிர்கொள்ள வேண்டும். புரிந்து கொள்ளத் தாமதித்தால் புன்னகையுடனேயே சுய அறிமுகம் செய்து கொள்ள வேண்டும். அதன் பிறகு கட்டிலின் தலைப்பக்கத்தை சோசாம்மாவின் உதவியுடன் உயர்த்தி அம்மாவைத் தலையணையில் சாய்த்து உட்கார வைக்க வேண்டும். இடுப்புக்கு மேல் உள்ள பாகத்தை மெதுவாக முன்னால் கொண்டுவந்து தோளையும் முதுகையும் மென்மையாகத் தடவிவிட வேண்டும். அதற்குள் சோசாம்மா

கம்மோடு கொண்டு வந்திருப்பாள். நர்ஸ் தனியாகவோ சோசாம்மாவின் உதவியுடனோ அம்மாவை எடுத்துக் கம்மோடில் உட்கார வைக்க வேண்டும். இந்தச் சந்தர்ப்பங்களில் நர்ஸ் புன்னகை புரிந்து கொண்டே இருக்க வேண்டும் என்பதை மறந்துவிடக் கூடாது. ஏனெனில், விழித்தவுடன் அம்மாவிற்கு அன்பான ஒரு தழுவல் கிடைப்பது என்பது அம்மாவின் தளர்ச்சியுற்ற மனதும் உடலும் புத்துணர்வு பெற அவசியமானது. அம்மா கம்மோடில் உட்கார்ந்திருக்கும்போது நர்ஸ் அம்மாவின் இரண்டு கைகளையும் தன் கைகளில் எடுத்து மிருதுவாகத் தடவுவதோ முதுகில் கைவைத்துத் தாங்கிக் கொண்டிருப்பதோ செய்யலாம்.

9.20: அம்மாவைத் துடைக்க வேண்டும். இதைச் செய்யும்போது அம்மாவோடு பேசிக் கொண்டிருக்க மறக்கக் கூடாது. பேசுவதற்குத் தகுந்த சில விஷயங்கள் : நர்சின் வாழ்க்கையின் சில நல்ல அனுபவங்கள்; சகோதர, சகோதரிகளுண்டென்றால் அவர்களைப் பற்றிய விஷயங்கள்; முதல்நாள் வாசித்த பத்திரிகையின் மகிழ்ச்சியான செய்திகள்; மனதிற்கு ஆனந்தம் தரும் கிறித்தவ ஆன்மீகக் கதைகள் ஏதாவது தெரியுமென்றால் அவை; பிள்ளைகளான எங்களைப் பற்றியும் எங்களுடைய குழந்தைகள் பற்றியுமான அன்பான உரைகள்.

9.35: அம்மாவின் முகத்தை, அதற்காகத் தனியாக வைக்கப்பட்டுள்ள துண்டினால் மெதுவாக ஒற்றியெடுத்துப் பவுடர் போட வேண்டும். கழுத்து, கக்கங்கள், முலைகளுக்கடியில், முதுகு, பிருஷ்டம், அந்தரங்க பாகங்கள், கால் பாதங்கள் என்றெல்லா இடங்களிலும் பவுடர் போட வேண்டும். இந்நேரத்தில் நர்ஸ் ஹம்மிங் செய்வதோ சின்னக் குரலில் வாய்திறந்து பாடுவதோ செய்யலாம். பழமையான ஆன்மீகக் கீதங்களாயிருந்தால் மிகவும் நல்லது. இது ஏதும் தெரியாதெனில் நர்சுக்கு விருப்பமான, ஆனால் இனிமையான ஏதாவது பாடல்கள் பாடலாம். பிறகு துவைத்தெடுத்து வைத்திருக்கும் கவுனை அம்மாவிற்கு அணிவிக்க வேண்டும்.

9.45: அம்மாவைச் சக்கர நாற்காலிக்கு மாற்ற வேண்டும். சோசாம்மா கம்மோடை உருட்டி நகர்த்தி அதன் வாளியைக்

காலி பண்ணிக் கழுவிச் சுத்தமாக்கி வைக்க வேண்டும். அவிழ்த்தெடுத்த கவுனையும், நனைந்த துண்டுகளையும் அழுக்குக் கூடையில் போட வேண்டும். நர்ஸ் சக்கர நாற்காலியை அம்மாவின் மேசைக்குப் பக்கத்தில் தள்ளிக் கொண்டு போக வேண்டும்.

9.48 : அம்மா மேசைக்கருகில்: அம்மா நாற்பது வருடங்கள் ஆசிரியையாயிருந்ததால் இந்த வாசிப்பு மேசைக்கு அருகில் வந்தமர்வது அவர்களுக்கு மிக விருப்பமான ஒன்று. மேசை மீது பைபிள், நிகண்டு, அம்மாவின் டைரி, இங்க் பாட்டில், பேனா, பூதக்கண்ணாடி, அம்மாவின் திருமணத்தின்போது கிடைத்த சிலுவை உருவம் என்றிவை கட்டாயமாக இருக்க வேண்டும். இவை மட்டுமின்றி பிள்ளைகளான எங்களை உயர்படிப்பு படிக்க வைப்பதற்காக அம்மா டியூஷன் எடுத்த வருடங்களில் பயன்படுத்தியிருந்த மெலிதான பிரம்பும் மேசையின்மீது அம்மாவின் இடதுபுறமாக இருக்க வேண்டும். இந்த மேசையின் முன் அமர்ந்துதான் அம்மா உணவு உட்கொள்வார்கள். நாப்கின்கள் விரித்து அதன் மீது மேலே சொன்ன பொருட்கள் வைக்கப்பட்டிருக்க வேண்டும்.

9.49 : சாப்பிடும் நேரம்: கட்ட வேண்டிய துவாலையை அம்மாவின் கழுத்தில் கட்ட வேண்டும். பல்செட்டை எடுத்து சுத்தமான நீரில் கழுவி வாயில் திரும்பவும் பொருத்திவிட வேண்டும். அம்மாவின் இடது கையை finger bowl பயன்படுத்திக் கழுவிவிட வேண்டும். அம்மா இடது கைப்பழக்கம் உள்ளவர். அவர் தன் கையாலேயே உணவு எடுத்து சாப்பிட முடியுமென்றால் அதற்கு அனுமதிக்கலாம். இல்லையென்றால் நர்ஸ் கொஞ்சம் கொஞ்சமாக ஊட்டி விடலாம். மென்று விழுங்கிவிட்டார்கள் என்பதைத் தெரிந்த கொண்ட பிறகுதான் அடுத்த ஸ்பூன் ஊட்ட வேண்டும். முக்கியமான உணவு வகைகள் : ஓட்ஸ் கஞ்சி நன்றாக வேகவைத்துக் குழைத்தது. நன்றாக பழுத்தப் பப்பாளிப் பழத்தின் நான்கில் ஒரு பகுதி சிறு துண்டுகளாக்கியது. மூன்று ஆரஞ்சுகளின் பிழிந்தெடுக்கப்பட்ட சாறில், மலம் இளகுவதற்கான இஸபகோல் பொடி ஒரு ஸ்பூன் மட்டும் போட்டுக் கலந்தது. ஓட்ஸ் கஞ்சியில் கொஞ்சம் வெண்ணெயும்,

மேப்பிள் சிரப்பும், கொஞ்சம் கல் உப்பு கலந்த தண்ணீரும் சேர்க்கலாம். இவற்றை அம்மு அம்மாள் சரியாகத் தயாரிக்கிறார்களா என்பதை உறுதிப்படுத்திக் கொள்ள வேண்டும். அம்மா சுயமாமாகவே உணவு உட்கொள்வதானால் அந்த நேரத்தில் நர்ஸ் பைபிலிலிருந்து இப்போது வாசிக்கலாம் என்று தோன்றும் ஏதாவது ஒரு பகுதியை வாசிக்க வேண்டும். உணவை ஊட்டி விடுவதானால் நர்ஸ் புன்னகையுடன் அம்மாவிடம் பள்ளி, கல்லூரி கால மகிழ்ச்சியான அனுபவங்களைப் பற்றிப் பேசலாம். அம்மா புன்முறுவல் பூக்கிறார்களா என்பதைக் கவனிக்க வேண்டும். புன்முறுவல் பூப்பதாக தெரிந்தால் அம்மாவின் கண்களைப் பார்த்துக் கொண்டே வாஞ்சையுடன் கன்னத்தில் தடவிக் கொடுக்க வேண்டும்.

10.15 : அம்மாவின் உதடுகளையும் தாடையையும் துடைத்துச் சுத்தமாக்கி மேல்துண்டை எடுத்துவிட்டு, இடது கையைக் கழுவித் துடைத்துச் சக்கர நாற்காலியைக் கட்டிலுக்கருகில் தள்ளிச் செல்ல வேண்டும். அதற்குள் சோசாம்மா கட்டிலைத் தாழ்த்தி படுக்கையிலும், தலையணைகளிலும் சலவை செய்த பெட்ஷீட்டும், உறைகளும் போட்டிருப்பார்கள். போர்வைக்கடியிலுள்ள ரப்பர் ஷீட்டில் எறும்புகளோ, துர்நாற்றமோ இல்லையென்று நர்ஸ் சுயமாக உறுதிப்படுத்திக் கொள்ள வேண்டும். அம்மாவைச் சக்கர நாற்காலியிலிருந்து கட்டிலுக்கு மாற்றிப் படுக்க வைத்துப் போர்வை போர்த்திவிட வேண்டும். அம்மாவின் கண்களைப் பார்த்துக் கொண்டே மேலும் ஒருமுறை புன்முறுவல் பூப்பதும், கன்னத்தில் தடவுவதும் அவசியம்.

10.20 : அம்மாவின் துணிகளும் போர்வைகளும் மற்றவையும் சோசாம்மா வாஷிங் மிஷினில் போட்டு மிஷின் ஸ்டார்ட் செய்கிறார்களா என்பதை உறுதிப்படுத்த வேண்டும்.

11.10 : வாஷிங் மிஷினிலுள்ள துணிகளை வெளியே எடுத்துக் கொடியில் காயப்போட வேண்டும் - இதைச் சோசாம்மா செய்வார்கள்.

12.30 : அம்மாவைக் கம்மோடில் உட்கார வைக்க வேண்டும். அதில் உட்கார்ந்திருக்கும்போது செய்ய வேண்டியவற்றை முன்பே சொல்லியிருக்கிறேன்.

12.40 : அம்மாவைச் சக்கர நாற்காலிக்கு மாற்றி நாற்காலியைப் பால்கனிக்குக் கொண்டு போகவேண்டும். அம்மாவின் மூக்குக் கண்ணாடியை நன்றாகத் துடைத்துவிட்டு முகத்தில் பொருத்த வேண்டும். பால்கனியிலிருந்து பார்க்கும்போது தெரியும் நகர பாகங்களைப் பற்றி இந்த நேரத்தில் அம்மாவோடு பேசலாம். அங்கேயிருந்து பார்த்தால் மலயாட்டூர் தேவாலயம் பார்க்கலாம் என்று எப்போதாவது சொல்லலாம். மலயாட்டூர் மலை ஏற வேண்டும் என்பது அம்மாவின் நீண்ட நாள் ஆசை. இந்நேரத்தில் கல்உப்பு கலக்கிய ஒரு ஸ்பூன் தண்ணீரை மாதுளம்பழச் சாற்றில் கலந்து, அதை அம்மாவுக்கு ஊட்டி விடலாம்.

13.30 : அம்மாவை மத்தியான உறக்கத்திற்காகக் கட்டிலில் படுக்க வைக்க வேண்டும். மத்தியானத் தூக்கம் என்று அம்மாவின் காதில் சொல்ல வேண்டும்.

15.00 : அம்மு அம்மாள் அம்மாவின் இரவு உணவைத் தயாரிக்கத் தொடங்கிவிட்டார்களா என்பதை உறுதி செய்து கொள்ள வேண்டும். இரவு உணவின் வகைகள் : குழையக் குழைய வேகவைத்த கோதுமைக் கஞ்சி, சிறிது பால் சக்கரை சேர்த்து; தெளிவான கோழியிறைச்சி சூப்; ஒரு சிறு பழம் (முடியுமானால் பூவன் பழம் மட்டும்) மெல்லிய வட்டங்களாக அரிந்து அதில் கல்லுப்பு கரைத்துத் தண்ணீர் தெளித்தது.

16.00 : அம்மாவைத் தூக்கத்தினின்று எழுப்ப வேண்டும். இந்நேரத்தில் காலையில் எழுப்பும்போது செய்ய வேண்டியது எனக் குறிப்பிட்ட காரியங்களை மீண்டும் செய்ய வேண்டும். மீண்டும் கம்மோடில், பிறகு சக்கர நாற்காலியில் உட்கார்த்தி மேஜைக்கருகில்.

16.20 : மேல்துண்டைக் கட்டவும். இடது கையைக் கழுவவும். பல்செட்டைக் கழுவி வாயில் பொருத்த வேண்டும். இரவு உணவு அளிக்க வேண்டும்.

16.50 : உணவு உண்ட அம்மாவைச் சூரிய அஸ்தமனம் பார்ப்பதற்குச் சௌகரியமுள்ள மேற்குப் பக்க பால்கனிக்குத் தள்ளிச் செல்லவும், சக்கர நாற்காலியின் சக்கரங்களைப் பூட்டிவிட்டு அம்மா முன்பக்கமாகச் சாய்ந்து விடாமலிருப்பதற்கான கம்பியை அதனிடத்தில் பொருத்திவிட்டு அவர்களைத் தனிமையில் விடவும் வேண்டும்.

18.15 : காய்ந்த துணிகளைச் சோசாம்மா மடித்து வைத்தாயிற்று என்பதை உறுதிப்படுத்திக் கொள்ளவும். அம்மாவை மீண்டும் உட்கார வைக்க வேண்டும். திரும்பவும் சக்கர நாற்காலிக்கு.

18.30 : அம்மாவின் சக்கர நாற்காலி டிஜிட்டல் ஹோம் தியேட்டர் ஸ்கிரீனுக்கு முன்னர். அம்மாவின் மூக்குக் கண்ணாடியை நன்றாகத் துடைத்துவிட்டுப் பொருத்தவும். ஹியரிங் எய்டைக் காதில் பொருத்தவும். இதன் பிறகு அம்மாவிற்காகக் படம் போடலாம். அது நர்சும் பார்க்க விருப்பமுள்ள படமாகலாம்.

19.30 : படத்தை நிறுத்த வேண்டும். ஹியரிங் எய்டையும் மூக்குக் கண்ணாடியையும் மாற்றி விடவும். அம்மாவைக் கம்மோடில் உட்கார வைக்க வேண்டும். அந்நேரத்தில் அம்மாவோடு பேச வேண்டும். வெறுப்பு உண்டாக்காத விதத்திலும் ஆவலைத் தூண்டும்படியாகவும் விஷயங்களைத் தேர்ந்தெடுக்கலாம். மறுநாள் பார்க்கப்போகும் திரைப்படத்தை பற்றிப் பேசலாம். இல்லையென்றால் மக்கள் பயன்படுத்தும்படி கடைத்தெருவில் புதிதாக, விற்பனைக்கு வந்துள்ள ஏதேனும் பொருட்களைப் பற்றிப் பேசலாம். (குறிப்பு : நிறுத்தி வைத்திருக்கும் திரைப்படத்தின் மீதி பாகத்தை அம்மா படுத்தபிறகு நர்ஸ் சன்னமான ஒலியில் பார்க்கலாம்)

19.40: அம்மாவின் சக்கர நாற்காலி கட்டிலுக்கருகில் அம்மா பிரார்த்தனை செய்யும்போது, நர்சும் பிரார்த்திக்க வேண்டும். இந்த நேரத்தில் நர்ஸ், மண்டியிடுவதோ, அம்மாவின் அருகில் நாற்காலியில் அமர்வதோ எனத் தன் விருப்பம்போல் செய்து கொள்ளலாம். நாங்கள் சிரியன் ரோமன் கத்தோலிக்கர் என்பதால் ஐம்பத்து மூன்று மணி ஜபம்தான், இரவு பிரார்த்தனைக்கு. நர்சும்

இதே பிரிவைச் சார்ந்தவரெனில் பிரார்த்தனையைத் தாங்களே உரக்கச் சொல்லலாம். இல்லையென்றால் சோசாம்மாவும், தங்கம்மாவும் பிரார்த்தனையைச் சொல்ல வேண்டும். திருத்தியமைக்கப்பட்ட பிரார்த்தனை முறையைவிடப் பழைய பிரார்த்தனை முறைதான் அம்மாவின் விருப்பம். பிரார்த்தனை முடிந்ததும் அம்மாவின் மேஜையில் இருக்கும் சின்னச் சிலுவை உருவத்தை எடுத்துக்கொண்டு வந்து அம்மாவின் உதடுகளில் ஒற்றிவிட்டுத் திரும்பக் கொண்டுபோய் வைக்க வேண்டும்.

20.15: அம்மா படுப்பதற்கான ஏற்பாடுகள்: கடைசியாக ஒருமுறை கம்மோடில் உட்கார வைக்க வேண்டும். பல்செட்டை நீக்க வேண்டும். கிளீனிங் லிக்விட் உள்ள பாத்திரத்தில் அவற்றைப் போட்டு வைக்க வேண்டும். ஒரு ஹேர்பலாக்ஸ் மாத்திரையின் பாதியை ஒரு டம்ளர் தண்ணீருடன் அம்மாவுக்குக் கொடுக்கவும். படுக்கையையும் ரப்பர் ஷீட்டையும் மறுபடியும் பரிசோதிக்க வேண்டும். சுருக்கங்களை நீக்கவும்.

20.30 : அம்மாவைப் படுக்கையில் படுக்க வைத்துப் போர்வையால் மூடிவிட வேண்டும். அம்மாவின் கண்களைப் பார்த்துக்கொண்டே புன்முறுவல் செய்ய வேண்டும். "குட்நைட். ஸ்வீட் டிரீம்ஸ்" என்று சொல்ல வேண்டும். அம்மா புன்முறுவல் கொள்கிறார்களா என்பதைக் கவனிக்க வேண்டும். புன்முறுவல் பூத்தாலும் இல்லையென்றாலும் அம்மாவின் நெற்றியிலும் கன்னத்திலும் உதடுகளிலும் 'என் பிரியமான அம்மச்சீ' என்று சொல்லிக்கொண்டே எங்கள் ஆறு பேருக்காகவும் ஒவ்வொரு இனிமையான முத்தம் கொடுக்க வேண்டும்.

இவ்வளவும் செய்தால் நர்சின் அன்றைய நாளின் வேலை முடிவடைகிறது. இந்த நிபந்தனைகளை ஏற்றுக் கொள்வதானால் நேர்காணலுக்கு வருவதற்குச் சௌகரியமான ஒரு தேதியைக் குறிப்பிட்டு உடனே பதில் அனுப்புங்கள்.

நன்றியுடன்

பிரியமான

கோராபிலிப் ஜான்.

லஞ்சம்

எங்கள் ஊரில் ஒரு கேஸ் சேம்பர் வருகிறதென்று கேள்விப்பட்டபோது நான் மிகுந்த மகிழ்ச்சியடைந்தேன். மின்பகிர்வு கார்ப்பரேஷனில் தாராளமான கிம்பளம் கிடைக்கும் ஒரு வேலை எனக்கிருந்தபோதும், அலுவலர் சங்கத்தின் கிளை செகரட்டரியாக இருந்தும், கேஸ் சேம்பரின் பொறுப்பாளராக என்னையே டெபுடேஷனில் நியமனம் செய்யும்படி நான் எனக்கு பழக்கமான ரகசிய போலீஷ்காரர்கள் மூலமாகவும், அலுவலர் சங்கத்தின் மத்திய செகரட்டரிமூலமாகவும், கட்சித் தலைவர்களிடமும் சமுதாயத் தூய்மையாக்கல் பிரிவு அதிகாரிகளிடமும் விண்ணப்பம் செய்தேன்.

இந்தப் பதவி எனக்குக் கிடைப்பதற்காகப் பக்கத்தி&ருந்த தேவாலயத்தின் குழந்தை ஏசுவுக்கும், தேவி கோவில் பகவதிக்கும் நேர்த்திக்கடன் வேண்டிக்கிட்டேன். சிபாரிசுகள் இருந்தாலும் செலக்ஷன், நேர்காணல் மூலமாக இருந்தால் என்ன செய்வது என்று பயந்து நான் வரலாற்று புத்தகங்களைத் தேடிப்பிடித்து கேஸ் சேம்பர்களின் நடைமுறைகள் பற்றியும், அவற்றின் நன்மைதீமைகளைப் பற்றியும் படித்துத் தெரிந்து கொண்டேன். ஆனாலும் நேர்காணல் இல்லாமலேயே நான் பாங்ஙோட்டுகோணம் கேஸ் சேம்பரின் பொறுப்பாளராக நியமிக்கப்பட்டேன். நான் எல்லையில்லா சந்தோஷமடைந்தேன்.

அதற்குக் காரணம், நாட்டில் பல இடங்களில் கேஸ் சேம்பர்கள் நிறுவி செயல்படுத்தப் பட்டு வருவதாக

கேட்டபோதெல்லாம், அடடா, நம்ம மாவட்டத்தில மட்டும் இவ்ளோ நல்ல ஒரு யாரும் நடைமுறைப் படுத்தவில்லையே என்று நான் நினைத்திருக்கிறேன். சமுதாயத் தூய்மையாக்கல் எல்லாப் பகுதிகளுக்கும் நல்லதுதானே? நம்முடைய மாவட்டத்திற்கு மட்டும் என்ன குறைச்சல்? தூய்மைப்படுத்தப்பட வேண்டிய எத்தனையே ஆட்கள் இங்கே இருக்கிறார்களே.

அது மட்டுமல்ல, என்னுடைய ஒரு சொந்த விருப்பமும் இதி&ருந்தது. மின்சாரச் சுடுகாட்டின் இறுதிச் சடங்குகளில் பங்கெடுக்கும்போது, நான் எரிகலனின் மிகஅருகே சென்று நின்று அதன் மிகப் பழுத்துச் சிவந்த உட்பகுதியை எட்டிப் பார்த்துக் கொண்டிருப்பேன். என்ன இரைச்சலும், சூடுமாக இருக்கிறது! என் நண்பர்களின் உடல்கள் சலனமற்றதாக அதற்குள் நகர்ந்து நீங்கும்போது, அவர்களின் முகங்கள் அந்தக் கடுமையான சிவப்பில் காணாமல் போவதை நான பக்கத்தில் நின்று பார்ப்பேன். எரிகலனின் வாசல் அவர்களின் பாதங்களின் பின்னால் அடைத்து கொள்ளும்போது நான் வெளியே வந்து, புகைபோக்கி வழியாக வரும் புகையைக் கவனிப்பேன். 'அதோ பேகிறான், கறுப்புப் புகையாக என் பிரியமான நண்பன். இவ்வளவுதான் மனுஷன்' என்று நான் என் மனதுக்குள் சொல்&க்கொள்வேன்.

மின்சார நெருப்பு எரியும் அந்த அறைக்கும் கேஷ் சேம்பருக்கும் உள்ள வித்தியாசம் என்னவென்று நான் பலமுறை யோசித்திருக்கிறேன். மயானத்தின் இரைச்சலான அறை இறந்தவர்களுக்கானது. கேஸ் சேம்பர் உயிரோடிருப்பவர்களுக்கானது. சவக்குழிகளும், சிதைவுகளும் இறந்தவர்களுக்கானது. ஆனால் கேஸ் சேம்பரின் நுகர்வோர் உயிருள்ளவர்கள். ஒன்றின் பயன் பிணங்களை இல்லாமல் ஆக்குவது. மற்றொன்று பிணங்களை உருவாக்குவது. வேறு வார்த்தைகளில் சொல்வதானால், மரணத்தின் சாத்தியங்கள் மனிதனுக்கு உதவக் கூடிய வகையில் பிரயோகிப்பதைத்தான் கேஸ் சேம்பர்கள் செய்கின்றன. வரலாற்றில் பார்த்தால், போர்களின் மூலம் மனிதன் சாதரணமாக நடத்திக் கொண்டிருக்கும் பிணங்களாக்கும் செயல்களுக்கு சமூக

நன்மையை நல்குவதுதான் கேஸ் சேம்பர் செய்கிறது. சமூகப் பரிசுத்தம் என்ற லட்சியத்திற்காக மரணத்தை நாம் தேசியமாக்குகிறோம். ஜனாதிபத்தியமாக்குகிறோம். எல்லோருக்குமாக ஒரு பயனுள்ள பகுதியாகிறது. அவ்வளவுதான்.

இயற்கையழகு சூழ்ந்த ஒரு குன்றின் மீது தான் பாங்ஙோட்டு கோணம் கேஸ் சேம்பர் நிறுவப்பட்டது. அதன் முற்றத்தில் நிழல் மரங்களின் கீழே ஓய்வெடுக்கப் போடப்பட்டிருந்த பெஞ்சுகளில் அமர்ந்தால் வடபக்கக் குன்றின் மே&ருந்த கோவி&ருந்தும் கிழக்குப்பக்கக் குன்றின் மே&ருந்த மசூதியி&ருந்தும் தெற்குப்பக்கக் குன்றின் மே&ருந்த தேவாலயத்தி&ருந்தும் அவ்வப்போது பிரார்த்தனைகள் ஒ&த்துக் கொண்டிருப்பதைக் கேட்கலாம். என்னவொரு அமைதியான சூழல்! உள்ளே அனுப்பப்படுவதற்கு முன்னர் முற்றத்தில் வரிசையாக நிற்கின்ற தூய்மையாக்கப் படுவோர் இந்தப் பிரார்த்தனைகளைக் கேட்டுக் கொண்டே உள்ளே நுழைய முடியுமென்பது என் இதயத்தைத் தொடுவதாக இருந்தது.

நான் பொறுப்பெடுத்தபிறகு முத&ல் வந்து சேர்ந்த குழுவில் மொத்தம் அறுபத்திப் பதிமூணு தூய்மையாக்கப் பட வேண்டியவர்கள் இருந்தனர். எல்லோரும் ஒரே காரணத்தால் சுத்தப்படுத்தலுக்காக வந்திருந்தனர். மாநிலப் போக்குவரத்துக் கழகத்தின் பத்து பேருந்துகளில் அவர்களைக் கேஸ் சேம்பரின் முற்றத்தில் கொண்டு வந்து இறக்கிய ரகசியப் போலீஸின் உயரதிகாரி எனக்கு அவர்களின் பெயர்ப்பட்டியலுடன் ஒரு ஆணையையும் தந்திருந்தார்.

அதில் இருந்த செய்தி இதுதான்: சட்டத்திற்குப் புறம்பான பெயருடையவர்கள். உபதகவல்: தூய்மையாக்கல். நாட்டின் மதவிசுவாசிகளின் பெயர்களை சட்டத்திற்குப் புறம்பாகப் பயன்படுத்திய அன்னிய மதத்தினரின் முதல் குழுவை இப்போது அனுப்புகிறோம். இதில் உள்ளவர்கள் ங்களின் குழந்தைகளுக்கு சட்டத்திற்குப் புறம்பான பெயர்களை வைத்த பெற்றோர்கள் மட்டுமே. இப்படிப்பட்ட பெற்றோற்களின் மேலும் ஐந்து குழுக்களும் எடனே வந்து சேர்வார்கள். அதனால் கேஸ்

சேம்பரின் அதிகாரிகள் தேவையான ஏற்பாடுகளைச் செய்து கொள்ளவும். பெற்றோர்களின் தூய்மைப்படுத்தல் முடிந்தவுடன், சட்டத்திற்குப் புறம்பான பெயர்களையுடைய குழந்தைகளின், பெரியவர்களின் பதினாறு குழுக்கள் அனுப்பப்படுவர். தேவையான ஏற்பாடுகளைச் செய்யவும். ராஜ்ஜியம் வெற்றி பெறுவதாக! சுத்திகரிக்கப்பட்ட ராஜ்ஜியம் வெற்றி பெறுவதாக! நாம் முன்னேறுவோம்! நம்முடைய மகோன்னதத் தலைவரின் கீழே ராஜ்யம் முன்னேறட்டும்!

நான் குதித்தெழுந்து நாட்டில் புதியதாக அங்கீகரிக்கப்பட்ட வணங்கும் முறையில் இருகைகளையும் தலைக்குமேல் உயர்த்திக் கூப்பியபடி, 'மகோன்னத தலைவருக்கு ஆயிரம் வணக்கங்கள்! மகோன்னத தலைவர் சிந்தாபாத்! 'என்று உரக்கச் சொன்னேன். ரகசியப் போலீஸ் அதிகாரி புகைத்துக் கொண்டிருந்த சிகரெட்டைக் கீழே போட்டு மிதித்து அணைத்து விட்டு அட்டென்ஷனில் நின்றபடி கைகளைத் தலைக்குமேலே உயர்த்திக் கூப்பியபடி வணங்கினான். மகோன்னத மகத்தான தலைவருக்கு ஆயிரமாயிரம் வணக்கங்கள்.

சேம்பரின் பணி மிக எளிமையாக இருந்தது. வண்டிகளில் அழைத்துவரப்பட்ட தூய்மையாக்கப் படவேண்டியவர்களை பெண்கள், ஆண்கள், குழந்தைகள் (பதினேழு வயதுக்குக் கீழே உள்ளவர்கள்) என்று பிரிக்கப் படுவார்கள். கைக்குழந்தைகளை அம்மாக்களே வைத்துக் கொள்ளலாம். கேஸ் சேம்பர் அகன்ற வரவேற்பறையில் மூன்று பிரிவினரையும் தனித்தனியாக வரிசையில் நிற்க வைத்த பிறகு, அவர்கள் தூய்மையாக்கலை சுவீகரிப்பதற்கான தகுதி பெற்றதற்குப் பின்னா&ருந்த, தத்துவ, சமுக, ஆன்மீக சிந்தனைகளை விவரிப்போம். அவர்களுக்கு ஏதாவது சந்தேகங்கள் இருந்தால் அவற்றை அந்தந்தத் துறை சார்ந்த சான்றோர்கள் விளக்கம் சொல்வார்கள்.

ஆனால் துய்மையாக்கல் பணி என்ன என்பது பற்றி மட்டும் விளக்க மாட்டோம். காரணம் வேறொன்றுமில்லை சமூக மரணமடைதலை பார்வையில் நின்று கவனிக்கவும் அங்கீகரிக்கவும் சிலர் ஒத்துக் கொள்ள மாட்டார்கள் என்பதும் அதன் பலனாக வெளிப்படுத்தவும் வழி ஏற்படும் என்பதும்தான்.

ஆனால் தாய்நாட்டின் தூய்மைப் படுத்தலுக்கான மரணமடைதல் ஒரு ஆனந்தம்தான் என்பதை கணக்கில் கொண்டு, அவர்கள் அனுபவிக்கப் போகும் சுத்தப் படுத்தல் செயல் ஆனந்தமாக இருக்கும் என்று மட்டும் சொல்&யிருந்தோம்.

இதன் பிறகு பெண்களையும், குழந்தைகளையும், ஆண்களையும் ஒன்றாம் சேம்பரில் அவரவர்க்காக ஒதுக்கப்பட்ட இடங்களுக்கு அனுப்பி விடுவோம். அங்கே அவர்கள் தங்களின் உள்ளாடைகள் தவிர மற்ற ஆடைகள், ஆபரணங்கள், வாட்சுகள், செருப்புகள் ஆகியவற்றைக் கழற்றிவிடுவார்கள். நான் வாசித்துத் தெரிந்து கொண்டதி&ருந்து, வெளிநாட்டில் சுத்திகரிக்கப் படவேண்டியவர்கள் நிர்வணமாகத்தான் அனுமதிக்கப் பட்டிருந்தனர். ஆனால் நம்முடைய சனாதன மதீப்பீடுகளை கவனத்தில் கொண்டு நான் உள்ளடைகளை அனுமதித்தேன். அதுபோலவே வெள்ளையர்கள் தங்கப் பற்களை இந்தக் கட்டத்திலேயே நீக்கி விட்டிருந்தனராம். நான் இந்த விஷயத்தில் புதுமையைக் கொண்டு வந்தேன். தங்கப்பற்களை, பிணங்களாக்கிய பிறகு பறித்துக் கொள்ளலாம் என்று ஆணையிட்டேன்.

தூய்மையாக்கப்படுபவர்கள் அடுத்ததாக மகோன்னதத் தலைவரின் படம் பூஜைக்காக வைத்திருந்த ஒரு ஹாலுக்குள் நகர்ந்தனர். அங்கே அவர்கள் குரலையுயர்த்தி இவ்வாறு சொல்ல வேண்டும்.மகோன்னதமான எங்கள் மகத்தான தலைவருக்கு கோடானு கோடி வணக்கங்கள்! சுத்தீகரிக்கப்படும் ராஜ்யம் வெற்றி பெறுவதாக! அடுத்ததுதான் சுத்தீகரிக்கப்படும் ஆயிரம்பேரை ஒரே நேரத்தில் நிரப்பக்கூடியதான ஒரு ஹால். மேல்தட்டில் ஒளித்து வைக்கப்பட்டிருக்கும் ஒ&பெருக்கிகளின் வழியாக சர்வமதப் பிரார்த்தனைகள் பக்திபூர்வமாக வழிந்து கொண்டே யிருக்கு இந்த ஒ&பெருக்கிகளின் வழியாக கீழ்ப்பக்கத்தில்தான் அறைக்கு வாயுவைத் திறந்து விடுவதற்கான துவாரங்கள். வரிசை வரிசையாகத் தரையில் சவாசணம் செய்வது போல அசையாமல் படுக்கச் சொல்வோம். பிறகு கண்களைமூடி தியானம் செய்யும் படி ஆணையிடுவோம். ஹர ஹர. மகத்தான தலைவா! என்ற அடையாள வாக்கியம் ஒ&பெருக்கியில் கேட்கும்போது தான் கண்ணைத் திறக்கலாம் என்றும்

ஆணையிட்டோம்.

அவர்கள் படுத்தவுடன் பிரதான வாசலைப் பத்திரமாக சாத்திவிட்டு நான் பத்து முறை எண்ணுவேன். பிறகு பிரார்த்தனைப் பாடல்களின் சத்தத்தை அதிகரிக்கும் சுவிட்சைப் போடுவேன். இந்த சுவிட்சேதான் விஷவாயு துவாரத்திற்கான இயந்திரங்களைத் திறப்பதற்கும் பயன்படுகிறது. அரைமணிநேரத்திற்குப் பிறகு கேஸ் முகமூடிகள் அணிந்தபடி நாங்கள் அறை வாசலைத் திறக்கும்போது ஓரிரண்டு பேர் தங்களின் இடத்தி&ருந்து மிக முயன்று நகர்ந்திருப்பதாக தோன்றும். மற்றவர்கள் எல்லோரும் தியானத்தின் வழியாக, ஹர! ஹர! மகத்தான தலைவா! என்ற அடையாள வாக்கித்தின் நல்ல எதிர்பார்ப்பினூடாக, நாட்டின் முன்னேற்றத்திற்கும், பரிசுத்தத்திற்குமாக, அவரவர் படுத்த இடத்திலேயே சுத்திகரிக்கப் பட்டவர்களாக சயனித்திருப்பதைப் பார்க்கலாம். இந்த அடக்கமும் ஒழுங்கும் தத்துவார்த்த அணுகுமுறையும் என் தனிப்பட்ட பங்களிப்பு என்பதில் நான் பெருமைப்படுகிறேன்.

குழந்தைகளின் அறையில்தான் கொஞ்சநஞ்சம் அடக்கமின்மை எதிர்பார்க்கப்பட்டிருந்தது. இதைத்தடுப்பதற்காக அவர்களின் அறையிலுள்ள வாயு வெளியேறும் துவாரங்களை நான் கொஞ்சம் பெரிதாக்கினேன். மிகவும் புதிய சினிமாப் பாடல்களைத் தான் நான் அவர்களுக்குப் போட்டு விட்டேன். பெண்களின் அறையில், அம்மாக்களுடன் இருந்த கைக்குழந்தைகள் தவழ்ந்த படியும், தியானத்தில் ஆழ்ந்திருந்த மற்ற சுத்தீகரிக்கப் படுகின்றவளுக்கு தொல்லை கொ:ப்பதும் ஒரு பிரச்னையாக இருந்தது. அதனால் கைக்குழந்தைகளை அம்மாக்களுடன் சேர்த்து ஒரு முருவான சரடினால் கட்டிப்போட நான் வழிவகை செய்திருந்தேன்.

இந்த வேலைகள் முழுவதும் முடிய ஒரு மணி நேரத்திற்கு மேல் ஆகவில்லை. ஆனால் பிணங்களாக்கப்பட்ட சுத்தீகரிக்கப்பட்டவர்களை நகர்த்துவதற்கு அதிக நேரம் எடுத்தது. முத&ல் தங்கப்பந்கள் தேடிக் கண்டுபடிக்க வேண்டியிருந்தது. அப்புறம், முன்னாலேயே அப்புறப்படுத்தாமல் விட்ட மூக்குத்தியோ அது போன்றபிற அணிகலன்களோ கண்டுபிடிக்க

வேண்டும். அதன்பிறகு, அதீதமான அழகுள்ள பெண்களுடையது மட்டுமான சுத்தீகரிக்கப்பட்ட பௌதீக அவஷீஷ்டங்கள் கட்சித் தலைவர்களின், ரகசியப்போலீஸின் எயரதிகாரிகளின் சிறப்பு கவனத்திற்கும், பரிசோதனைக்குமாக ஒரு குளிர்பதன அறையின் வண்ணமயமான மரணப்படுக்கைகளுக்கு நகர்த்த வேண்டும்.

மீதியுள்ள சுத்தீகரிக்கப்பட்டவர்களின் சடலங்களின் மிச்சசொச்சங்களை, என் பிரியத்துக்குரிய மின்சார சுடுகாட்டின் சிவந்து இரைச்சலிடும், அறையின் பிரம்மாண்ட உருவமான, கம்பீரமான எரிகலனுக்கு, தண்டவாளங்களின் வழியாக வேகம் ஓடும் டிம்பர் டிராக்களில் அனுப்புவேன். சுற்றுச்சூழல் மாசுபடாமல் இருக்க எரிகலனில் புகை சுத்தப்படுத்துவதற்கான இயந்திரங்கள் நிறுவியிருந்தோம். அதனால் கருப்பான புகைக்கு பதிலாகச் சில வெள்ளைப் புகைச் சுருள்கள்! மட்டுமே புகைக்குழல்கள் வழியாக ஆகாயத்தில் கரைந்தது. அதைப் பார்த்து நிற்கும் நான் மனதில், ‘அதோ போகிறது, நாட்டிற்காக சுத்திகரிப்பை ஏற்றுக்கொள்ள பாக்யம் கிடைத்தவர்களின் புகைச்சுருள்கள். போப்பாண்டவரைத் தேர்ந்தெடுக்கும் போது இதுபோலப் புகைக்குழல் வழியாக எயரும் புகைதான் அடையாளமாம். எவ்வளவு சிறப்பு!

இந்த முறையில் நான் என் வேலையை மேற்கொண்ட நீண்ட மூன்று வருடங்களில், எத்தனையெத்தனை குழுக்கள் என் கண்களைக் கடந்து சென்றன. ஆர்ஷ நாகரிகத்தின் ஒரு பாங்கோட்டு கோணம் போலவுள்ள ஒரு நடுத்தர கேஸ் சேம்பரின் வழியாக கடந்து போனது என்று சொன்னால் எவ்வளவு ஊர்ஜிதமாக சமுக சுத்திகரண நடைபெற்றது என்று நீங்கள் புருந்து கொள்ளலாமே. ரொம்ப நாட்கள் முன்னர் நாம் நடைமுறைக்குக் கொண்டு வந்த அறிவொளி இயக்கத்திற்குக் கூட இவ்வளவு பரவலான ஒரு பொதுமக்களின் ஒத்துழைப்பு கடைத்ததோ என்பது சந்தேகம் தான். உண்மையைச் சொல்லட்டுமா, மரணத்தை நாம் தேசியமயமாக்கியதோடு மகிதனுக்கு மரணத்தின் மீதான பயம் இல்லாமல் போய்விட்டது. பாங்கோட்டுகோணம் கேஸ் சேம்பரில் பிணமாக்கப்பட்டு கிடந்தவர்களில் மிகக்குறைந்த ஆட்களின் முகத்தில்தான் ஏதாவது நிர்பாக்கியமான உணர்வுகள் காணப்பட்டன.

எல்லோரின் முத்திலும் ஹர! ஹர! மகத்தான தலைவா! என்ற அடையாள வாக்கியத்தின் சுபமான ஒரு எதிர்பார்ப்பைத் தான் காண முடிந்தது. ஜாதி மத பேதமில்லாமல்தான் பாங்கோட்டு கோணத்துக்கு தூய்மையாக்கலுக்குத் தேவைப்படுவோர் வந்துகொண்டே இருந்தனர். தூய்மையாக்கம் ஒரு தலை சார்பற்ற, பரிசுத்தமானதொன்றாக இருந்தது. உதாரணமாக மதத்தின் அனுதாபிகளையும் உயர் பொறுப்பில் இருப்பவர்களையும் கூட சேம்பரின் முற்றத்து வரிசைகளில் நான் பார்த்து ஆச்சரியப்பட்டிருக்கிறேன். அவர்கள் அங்கு வந்து சேர்ந்ததற்கான காரணம் என்னவென்று நான் விசாரித்தேன். அவர்களின் மத நம்பிக்கை திடமாயிருப்பினும் மகோன்னதத் தலைவரின் ராஜ்ஜிய வருடாந்திர உறுப்பினர் சந்தா கட்ட மறந்து போனவர்கள் தான் அவர்கள்.

மகோன்னதத் தலைவரின் பிரசித்தமான வார்த்தைகளை நான் நினைத்துப் பார்த்தேன். நான் உங்களுக்குத் தருவது ஒரு மதமல்ல. புதிய ஒரு மனித நாகரிகம். மதம் எனக்கொரு ஆயுதம் மட்டுமே! நிஜத்தில் நான் மதம் சார்ந்தவன். மரணத்தைப் போல ஹா! ஹா! ஹா! ராஜ்ஜியத்தை நடுங்க வைத்த, உணரவைத்த அந்தச் சிரிப்பொ& தெலைக்காட்சி உரையின் கடைசியில் எதிரொ&த்த போது நான் புல்லரித்துப் போயிருக்கிறேன்.

ஆனால் என் நண்பா, எனக்குப் பழக்கமுள்ளவனான மி&ட்டரிகாரனான காவர்காரன் மூலம் நான் கொடுத்தனுப்புகின்ற இந்தக் கடைசி கடிதத்தில் நான் உண்மையை மனந்திறந்து சொல்லட்டுமா, மேலே சொன்னபடி மிக ஒழுக்கமாகன வாழ்க்கையை நான மேற்கொண்டிருக்க, கொஞ்சம் கொஞ்சமாக, மின் பகிர்வு நிலையத்தின் என்னுடைய பழைய வாழ்க்கைமுறை என்னை ஒரு மாயாவியைப்போல அழைக்கத் தொடங்கியது. வேலைநிறுத்தம் செய்யவோ, சங்க வேலைகள் செய்வதற்காக விடுப்பு எடுக்கவோ, சுதந்திரமாகச் சுற்றித் திரியவோ முடியாமல் போனது என் மனதை வேதனை கொள்ளச் செய்தது.

அதிகாரியாக இருந்தபோது வாழ்க்கையில் முன்பு எனக்குக் கிடைத்திருந்த நிம்மதிகளை நான் கனவு காணத் தொடங்கினேன்.

மற்ற மன உல்லாசங்கள் எதுவுமற்ற என்னைப் போன்ற ஒரு குமஸ்தாவிற்கு, மின் பகிர்வு நிலையத்தில் பொதுமக்களோடு விசித்திரமாக நடந்து கொண்டு உல்லாசமாக இருக்க முடிந்தது. ஆனால் இங்கேயோ, சுத்தீகரிக்கப்படவேண்டிய பொதுமக்களை எந்த ஒரு வழியிலும் பயமுறுத்தக்கூடாது என்பதுதான் மகோன்னதத்தலைவரின் கடுமையான கட்டளை. மட்டுமல்ல, அவர்களை நிராசைப்படுத்தவோ, வேதனைப்படுத்தவோ முயன்றாலும், அது முடியாமலே யிருந்தது. காரணம், சுத்தீகரிக்கப்பட வரும் அவர்களுக்கு மற்ற தேவைகளொன்றும் இல்லாமல்இருந்தது. என்னவொரு தரும சங்கடம்! கேஸ் சேம்பர் செயல்பாடு என்னை மூச்சுமுட்ட வைப்பதாக இருந்தது.

கேஸ் சேம்பர் இருந்த குன்றின் அடிவாரத்தில், ஒரு பெரிய ஆன்மீக ஆசிரமம் இருந்தது. என் முதல் வீழ்ச்சியின் காரணம், அந்த ஆசிரமம்தான். பிணங்களாக்கப்பட்ட அழகிகளின் சடலங்களை விரிவாகப் பரிசோதிக்க நடுநடுவே குளிர்பதன அறைக்கு வந்திருந்த முக்கியமானவர்களுள் ஒருவர் ஆசிரமத்தின் தலைமை குருவாக இருந்தார். அறையின் ஒருபக்கம் விருந்தினர்களுக்காக உருவாக்கியிருந்த மதுவை நகர்த்திவிடவே, ஒரு சடலத்தைப் பரிசோதித்துக் கொண்டிருந்த குரு என்னைக் கண்டுபிடித்து விட்டார். அவர் சாந்தமாக என்னருகே வந்து, "மகளே, உன்னைத் தண்டிக்க வேண்டுமென்று எனக்கு விருப்பமில்லை. மாறாக நமக்குள் சில ஒப்பந்தங்கள் செய்து கொள்ளலாம். இங்கே வந்துசேரும் அழகிகளான இளம் பெண்களுக்கு சுத்தீகரிப்புக்கு முன்பாக ஆன்மீகத் தேடலுக்கான ஒரு வாய்ப்பு கொடுப்பதில் ஒரு தவறும் இல்லை என்பதுதான் என் அபிப்பிராயம். அதனால் தூய்மை செய்ய வேண்டியவர்களில் தினமும் என் சீடர்கள் தேர்ந்தெடுக்கும் அழகிகளை நீ ஒரு ரகசியப் பாதையின் வழியாக ஆன்மீகப் பயிற்சிக்காக ஆசிரமத்திற்கு அனுப்ப வேண்டும். அவர்களைப் பிறகு தூய்மையாக்கலாம். இல்லையென்றால் நாங்களே தூய்மையாக்கிக் கொள்கிறோம்" என்றார்.

நண்பா, வெகு சீக்கரத்திலேயே குருவிடமிருந்து மந்திரிக்கும், மந்திரியிடமிருந்து ரகசியப் போலீஸ் அதிகாரிகளுக்கும், அவர்களிடமிருந்து ராணுவத்தினருக்கும், அங்கிருந்து

காண்ட்ராக்டர்களுக்கும் அவர்களிடமிருந்து புரோகிதர்களுக்கும் இளம்பெண்களின் ஆன்மீகப்பயிற்சி நடந்தது. இளம் பெண்களான தூய்மைப்படுத்தப்பட்டவர்கள் ஊரில் மீண்டும் காணப்பட்டதாக ரகசியப் போலீஸின் விஜிலென்ஸ் பிரிவு அறிக்கைகள் வெளியிடத் தொடங்கியது. நானும் லஞ்ச முறைக்குத் திரும்பியிருந்தேன். பிரிதிபலனைப் பெற்றுக் கொண்டு, பெண்களுக்கு தூய்மையாக்கப்படுவதற்கு முன்பாக ஒரு ஆன்மீக இடைவேளை அளிப்பதை நான் வழக்கப்படுத்திக் கொண்டேன். கடைசியில் ஒரு நாள் மகோன்னதத் தலைவரின் உடல் வேட்டைக்காகத் தேர்ந்தெடுக்கப்பட்ட இளம்பெண்களுள் ஒருத்தி, பாங்கோட்டுகோணம் கேஸ் சேம்பருக்கு இரண்டு மாதம் முன்பு அனுப்பட்டிருந்த தூய்மையாக்கலுக்கு உட்படுத்தப் பட்டவள்தான் என்பதை மகோன்னதத் தலைவரின் தலைமைச் செயலாளர் கண்டுபிடித்தார்.

இதற்கும் முன்பாகவே நான் விஷவாயுவின் நச்சுத் தன்மையில் சில தவறுகள் செய்யத் தொடங்கியிருந்தேன். வாயு சப்ளை செய்திருந்த கூட்டுறவு சங்கத்தின் தலைவனும் நானும் இதி&ருந்து கிடைத்த லாபங்களை, நாட்டிற்குக் கொடுக்காமல், எங்களுக்குள் பங்கு வைத்துக் கொண்டோம். இடையிடையே விஷவாயுசெலுத்தப்பட்ட பிறகு, சுத்தீகரிப்பு அறையைத் திறக்கும்போது இன்னும் தூய்மையாக்கலுக்கு உட்படாதவர்கள் பதற்றத்துடன் அலைவதைப் பார்த்தோம். அவர்களை வேறு பொருட்களைப் பயன்படுத்தி சுத்தீகரிப்பு செய்ய வேண்டிய நெருக்கடிக்கு ஆளானோம். அதன் பலனாக சுத்தீகரிப்பு அறையின் தரையில் இரத்தம் புரளத் தொடங்கியது. இந்த இரத்தத்தைத் துடைக்க நான் கேஸ் சேம்பரின் துப்புரவாளரின் தயவை நாடினேன். முத&ல் சம்மதமின்றிப் பின்னர் சம்மதித்த அவர்கள் இரத்தத்தைத் துடைக்கக் கூடுதல் பணம் எதிர்ப்பார்த்தனர். அவர்களின் தேவையை நான் அனுமதிக்கவில்லை.

ஒருநாள் அவர்கள் என்னைச் சிறை பிடித்தனர். மறுநாள் கேஸ் சேம்பர்களின் சுவர்களில் சுவர் எழுத்துகளும் கோஷங்களும் தென்பட்டன. நான் அவர்களுடன் நடத்திய பேச்சு வார்த்தைகள் வெற்றி பெறவில்லை. நான்காம் நாள்

தூய்மையாக்கல் பணியாளர் சங்கம் வேலை நிறுத்தத்தை அறிவித்தது. மகோன்னதத் தலைவர் பாங்கோட்டு கோணம் கேஸ் சேம்பரை அதிரடியாகப் பார்வையிட தேர்ந்தெடுத்த தினம் அதுவாக இருந்தது. தலைவரைத் திருப்திப்படுத்த வந்த ஒரு பெண், பாங்கோட்டுகோணம் கேஸ் சேம்பரில் முன்னர் தூய்மையாக்கப்பட இருந்தவள்தான் என்ற ரிப்போர்ட் அவருக்குக் கிடைத்திருந்தது. என்னைச் சாட்டையாலும் கையாலும் அடித்து முடித்தவுடன் அவர், கட்டப்பட்டு கொண்டு வந்திருந்த அந்தப் பெண்ணை சுத்தீகரிப்பு அறைக்குள் இழுத்துக்கொண்டு போனார்.

அறை வாசல் திறந்த போது அதி&ருந்து வெளியேறிய துர்நாற்றம் நின்ற என்னால் கூட சகிக்க முடியாததாக இருந்தது. அது போகட்டும். மகோன்னதத் தலைவர் அவளை அறைக்குள் தள்ளிவிட்டு கதவை அடைத்து, வாயு துவாரத்தின் சுவிட்சை தன் கையாலேயே தட்டினார். 'பின்னர் பிணக்கிடங்கில் இருந்த அறைக்கு ஓய்வெடுக்கச் சென்று விட்டார். இதற்குள் ரகசியப் போலீஸ் என்னைச் சிறைப்பிடித்திருந்தனர். என்னை மட்டுமல்ல, பணியாளர் சங்கத்தின் உறுப்பினர்களையும். அரை மணிநேரத்திற்குப் பின் சுத்திகரிப்பு அறையைத் திறந்துபோது, அந்த சுத்திகரிக்கப்பட வேண்டியவள் அழுதபடியே இரத்தத்தின் வழவழப்பு புரண்ட தரையில் குந்தியிருந்தாள் என்று சொன்னால் போதுமல்லவா?

நண்பா, என்னவெல்லாம் அழகான கனவுகளைச் சுமந்தபடி நான் இந்த கேஸ் சேம்பரின் பொறுப்பை ஏற்றுக் கொண்டேன். எல்லாம் பயனற்று போனது. இனி கிம்பள சபித்து என்ன பலன்? நானும் வேலை நிறுத்தம் செய்த மஸ்தூர் சங்க உறுப்பினர்களும் சுத்தீகரிப்புக்குத் தேர்ந்தெடுக்கப் பட்டிருக்கிறோம். இனி இருபத்தி நான்கு மண்நேரம்தான் மீதியுள்ளது. உங்களுக்கு என் கடைசி வணக்கங்கள். ஆனால்.... ஒருவேளை.... யாருக்குத் தெரியும்....

கூட்டுறவு சங்கத்தி&ருந்து, கடைசியாக நான் ஆர்டர் கொடுத்த விஷவாயுக் கலன்கள் இன்னும் குடோனில் இருக்கின்றன. அவற்றில் ஒன்றுதான் பயன்படுத்தப்படப்

போவதாக இருந்தால்? அப்படியானல் லஞ்சத்திற்கு என்னுடைய நன்றிகள். அப்படியானால் என் சுத்தீகரணம் சுத்தப் பொய்யாகலாம் தரையில் மரணித்ததாக நடித்துப் படுத்திருந்தால் என் மரணமும் பொய்யாகலாம். மீதியுள்ளது எரிகலன் தான். அதன் வாச&ன் ஒரு பக்கத்தில் இடைவழியினூடே தலைமை குரு அழகிகளின் உடல்களைப் பரிசோப்பதற்காக வந்து போகும் ரகசியப் பாதையின் வாசல். டிப்பர் டிரா&யில் இருந்து ஒரு முறை நான் உருண்டால் நான் அந்த ஆன்மீகப் பாதையை அடைவேன். அதன் அந்தக் கடைசியில் ஆசிரமம். குருவிற்கு என்னால் இனியும் ஏதாவது பயன் இல்லாமல் போகுமா? கண்டிப்பா நான் பயன்படுவேன். சுகமான ஒரு ஆன்மீக வாழ்க்கையை எத்தனை காலமாக நான் ஆசைப்பட்டுக் கொண்டிருந்தேன். லஞ்சம் என் ஆசையை நிறைவேற்றட்டும். சத்யமேவஜெயதே! வந்தே மாதரம்!